ANG KOMPREHENSIBONG GABAY SA PAGGAWA NG DONUTS

100 Malambot, Malambot, At Nakatutuwang Mga Recipe ng Donut

María Rosa Gil

Copyright Material ©2023

Lahat ng Karapatan ay Nakalaan

Walang bahagi ng aklat na ito ang maaaring gamitin o ipadala sa anumang anyo o sa anumang paraan nang walang wastong nakasulat na pahintulot ng publisher at may-ari ng copyright, maliban sa mga maikling sipi na ginamit sa isang pagsusuri. Ang aklat na ito ay hindi dapat ituring na kapalit ng medikal, legal, o iba pang propesyonal na payo.

TALAAN NG MGA NILALAMAN

TALAAN NG MGA NILALAMAN 3
PANIMULA 6
BASIC RECIPE 7
1. Basic Raised Dough Para sa Donuts 8
VEGGIE DONUTS 10
2. Mini pumpkin protein donuts 11
3. Ube Donuts With Coconut Glaze 13
4. Baked Carrot cake donuts 15
5. Spinach At Feta Donuts 17
6. Zucchini At Cheddar Donuts 19
7. Sweet Potato At Coconut Donuts 21
8. Beetroot At Dark Chocolate Donuts 23
9. Carrot Cake Donuts 25
10. Sweet Potato Donuts 27
11. Zucchini Chocolate Chip Donuts 29
12. Pumpkin Almond Milk Donuts 31
13. Beetroot at Chocolate Donuts 33
14. Butternut Squash Spice Donuts 35
15. Broccoli at Cheddar Donuts 37
16. Kale at Bawang Donuts 39
CHEESE DONUTS 41
17. Tiramisu Donuts 42
18. Mini Ricotta Donuts na Nilagyan ng Nutella 46
19. Cheddar at Jalapeño Cheese Donuts 48
20. Blue Cheese at Bacon Donuts 50
21. Goat Cheese at Fig Donuts 52
22. Feta at Spinach Donuts 54
23. Gouda at Ham Donuts 56
MGA DONUT NA PINANGIS 58
24. Cinnamon Protein donuts 59
25. Spicy Spanish Donuts 61
26. Nutmeg Donut muffins 63
27. Apple Cider Paleo Donuts 65
28. Cinnamon Sugar Donuts 67
29. Gingerbread Donuts 69
30. Cardamom Spiced Donuts 71
31. Apple Cider Donuts 73
32. Pumpkin Spice Donuts 75
CHOCOLATE DONUTS 77

33. Chocolate Cake Donuts 78
34. Baked Oreo Donuts 80
35. Oreo Chocolate Donut 82
36. Chocolate Cannoli Donuts 84
37. Glazed Fluffy Chocolate Donuts 87
38. Red Velvet Baked Donuts 90
39. Cacao at Moringa Donuts 92

FLORAL DONUTS 95
40. Butterfly Pea Glazed donuts 96
41. Lavender Honey Donuts 98
42. Rosewater Donuts 100
43. Elderflower Donuts 102
44. Chamomile Lemon Donuts 104
45. Orange Blossom Donuts 106
46. Violet Vanilla Donuts 108
47. Elderflower Glazed Donuts 110
48. Chamomile Honey Donuts 112

FRUIT DONUTS 114
49. Cherry at chocolate donuts 115
50. Pineapple Baileys Donuts 117
51. Yuzu-Curd Donuts 120
52. Lemon Donuts na may Pistachios 123
53. Passionfruit Curd Donuts 126
54. Blueberry Cake Donuts 130

SEED DONUTS 132
55. Lemon Poppy Seed Donuts 133
56. Whole Wheat Pumpkin Seed Donuts 135
57. Chia Seed Donuts 138
58. Sesame Seed Donuts 140
59. Poppy Seed Donuts 142
60. Flaxseed Donuts 144
61. Sunflower Seed Donuts 146

NUT DONUTS 148
62. Hazelnut Topped Donut 149
63. Toasted Coconut Baked Donuts 151
64. Maple Walnut Donuts 154
65. Almond Joy Donuts 156
66. Peanut Butter Donuts 158
67. Hazelnut Mocha Donuts 160
68. Pistachio Donuts 162
69. Walnut Caramel Donuts 164

JAM AT JELLY 166
70. Jam Donuts 167
71. Black Forest Cherry Jam Donuts 169
72. Raspberry Cream Cheese Jelly Donuts 172
73. Lemon Curd Donuts 174
74. Blackberry Glazed Donuts 177
75. Caramel Apple Donuts 180
76. Nutella-Stuffed Donuts 183

BOOZY DONUTS 186
77. Toasted Baileys Baked Donuts 187
78. Margarita Donuts 190
79. Brandy at Jam Donuts 193
80. Irish Coffee Donuts 196
81. Bourbon Maple Bacon Donuts 198
82. Champagne Raspberry Donuts 200
83. Kahlua Chocolate Donuts 202
84. Rum Caramel Glazed Donuts 204
85. Tequila Lime Donuts 206
86. Baileys Chocolate Donuts 208
87. Rum Raisin Donuts 210
88. Mimosa Donuts 212
89. Guinness Chocolate Stout Donuts 214

BUTIL AT LEGUME 216
90. Tinapay na mais na Donuts 217
91. Quinoa at Black Bean Donuts 219
92. Chickpea Flour at Vegetable Donuts 221
93. Lentil at Brown Rice Donuts 223
94. Millet at Chickpea Donuts 225
95. Buckwheat at Red Lentil Donuts 227
96. Chickpea at Sweet Potato Donuts 229
97. Lentil at Quinoa Donuts 231
98. Black Bean at Brown Rice Donuts 233
99. Quinoa at Chickpea Flour Donuts 235
100. Lentil at Buckwheat Donuts 237

KONGKLUSYON 239

PANIMULA

Maligayang pagdating sa mundo ng mga lutong bahay na donut! Ang cookbook na ito ay puno ng masasarap at madaling sundan na mga recipe ng donut na masisiyahan ang iyong matamis na ngipin at mapabilib ang iyong mga kaibigan at pamilya. Mula sa classic glazed donuts hanggang sa kakaibang mixed-in ingredient donuts, mayroong isang bagay para sa lahat sa cookbook na ito.

Ang paggawa ng mga donut sa bahay ay maaaring mukhang nakakatakot, ngunit sa tamang mga tool at sangkap, ito ay isang masaya at kapaki-pakinabang na karanasan. Hindi lamang kahanga-hanga ang lasa ng mga homemade donut, ngunit nakukuha mo rin ang kasiyahan sa paglikha ng isang bagay mula sa simula. Kaya, kunin ang iyong apron, painitin muna ang iyong oven o painitin ang iyong kawali, at magsimula na tayo!

BASIC RECIPE

1. Basic Raised Dough Para sa mga Donut

MGA INGREDIENTS:
- ½ tasa ng mantikilya o isa pang pagpapaikli
- ¼ tasa ng asukal
- 1 tasang pinakuluang gatas
- ½ kutsarita ng vanilla
- ¾ kutsarita ng asin
- 4 tasang harina
- 1 onsa na naka-compress na lebadura
- 2 kutsarang tubig
- 2 itlog, mahusay na pinalo

MGA TAGUBILIN:

a) Ibuhos ang pinakuluang gatas sa mantikilya at asukal. Magdagdag ng asin.

b) Kapag natunaw, ilagay ang binating itlog at vanilla.

c) Kapag maligamgam, ilagay ang lebadura na pinagsama sa 2 kutsarang tubig.

d) Magdagdag ng sifted all-purpose flour, unti-unti, upang bumuo ng malambot na masa.

e) Kapag matigas na ang paghahalo, gamit ang isang kutsara, ilabas ang kuwarta sa isang tabla na may harina at magdagdag lamang ng sapat na harina upang bumuo ng malambot na kuwarta.

VEGGIE DONUTS

2. Mini pumpkin protein donuts

MGA INGREDIENTS:
- 1 tasa puting whole-wheat flour
- ½ tasa vanilla whey protein powder
- ⅓ tasa na mahigpit na nakaimpake ng light brown na asukal
- 1 ½ kutsarita ng baking powder
- 1 kutsarita pumpkin pie spice
- ¼ kutsarita ng kosher na asin
- 1 tasa ng de-latang pumpkin puree
- 3 kutsarang unsalted butter, natunaw
- 2 malaking puti ng itlog
- 2 kutsarang 2% na gatas
- 1 kutsarita ng giniling na kanela
- ⅓ tasa ng butil na asukal
- 2 kutsarang unsalted butter, natunaw

MGA TAGUBILIN:
a) Painitin muna ang oven sa 350 degrees F. Pahiran ng nonstick spray ang mga tasa ng donut pan.
b) Sa isang malaking mangkok, pagsamahin ang harina, protina powder, brown sugar, baking powder, pumpkin pie spice, at asin.
c) Sa isang malaking basong panukat o isa pang mangkok, haluin ang kalabasa, mantikilya, puti ng itlog, at gatas.
d) Ibuhos ang basang timpla sa mga tuyong sangkap at haluin, gamit ang isang rubber spatula, hanggang sa mamasa.
e) I-scoop ang batter nang pantay-pantay sa donut pan. Maghurno ng 8 hanggang 10 minuto, hanggang ang mga donut ay bahagyang browned at bumalik kapag hinawakan. Palamig ng 5 minuto.
f) Pagsamahin ang cinnamon at asukal sa isang maliit na mangkok. Isawsaw ang bawat donut sa tinunaw na mantikilya at pagkatapos ay sa cinnamon sugar.
g) Ihain nang mainit o sa temperatura ng kuwarto. Mag-imbak sa isang lalagyan ng airtight nang hanggang 5 araw.

3.Ube Donuts na May Coconut Glaze

MGA INGREDIENTS:
PARA SA DONUT
- ¼ tasa ng langis ng gulay
- ½ tasang buttermilk
- 2 malalaking itlog
- ½ tasang asukal
- ½ kutsarita ng asin
- 1 kutsarita ng baking powder
- 2 kutsarita ng ube extract
- 1 cupall-purpose na harina

PARA SA ICING
- 2 tasang powdered sugar
- 4 tblsp gata ng niyog
- 1 kutsarang gatas
- ¼-½ kutsarita ng Ube extract
- ½ tasang hindi matamis na ginutay-gutay na niyog

MGA TAGUBILIN:
a) Painitin ang hurno sa 350 degrees.
b) I-spray ang donut pan na may nonstick spray.
c) Paghaluin ang mantika, buttermilk, itlog, asukal, asin, baking powder at ube extract hanggang sa pagsamahin.
d) Haluin ang harina at ihalo hanggang makinis. Ilagay ang batter sa donut hanggang halos ¾ puno.
e) Maghurno ng mga donut sa loob ng 15 minuto.
f) Alisin mula sa oven, hayaang lumamig ng 5 minuto, pagkatapos ay alisin ang mga donut mula sa kawali.
g) habang pinapalamig nila ang glaze sa pamamagitan ng paghahalo ng powdered sugar, gatas at ube extract.
h) sa sandaling lumamig, isawsaw ang bawat donut sa kalahati sa glaze at ilagay sa wire rack upang matuyo. Budburan ng coconut flake kung gusto.

4. Baked Carrot cake donuts

MGA INGREDIENTS:
- ⅓ tasa ng buttermilk
- 1 kutsarita ng puting suka
- 45 g natunaw na mantikilya at pinalamig
- 1 tasang all purpose flour
- 1 kutsarita ng baking powder
- ½ kutsarita ng kanela
- ½ kutsarita ng nutmeg
- ¼ kutsarita ng asin
- ¼ tasa ng asukal
- 2 kutsarang honey
- 1 malaking itlog
- 1 kutsarita vanilla extract
- ½ tasa ng karot

MGA TAGUBILIN:
a) Painitin ang oven sa 200 degrees. Magpahid ng donut pan o gumawa ng sarili mong kawali. Gumamit ako ng muffin pan at gumamit ng mga nozzle na nakabalot sa aluminum foil
b) Ihanda ang lahat ng iyong mga sangkap at tipunin sa iyong lugar ng pagtatrabaho
c) Sa isang malaking mangkok haluin ang gatas, suka, tinunaw na mantikilya, pulot, asukal, itlog at banilya.
d) Magdagdag ng Carrot's at haluing mabuti
e) Idagdag ang sifted flour kasama ang baking then spices mix until well incorporated
f) Punan ang isang piping bag ng carrot batter, i-pipe ang batter nang pantay-pantay sa pan na may laman na mga ⅔
g) Maghurno ng 12-15 mins o hanggang golden brown. Hayaang lumamig ng ilang minuto sa kawali pagkatapos ay ilipat sa isang wire rack upang ganap na lumamig.
h) Para sa dekorasyon: tunawin ang puting tsokolate sa isang double boiler at ibuhos ang Donut's.
i) Palamutihan ng dessicated coconut at sprinkles
j) Masiyahan sa iyong ginustong inumin.

5. Spinach At Feta Donuts

MGA INGREDIENTS:
- 1 tasang all-purpose na harina
- ½ tasa ng buong harina ng trigo
- ½ tasa tinadtad na sariwang spinach
- ½ tasang durog na feta cheese
- ⅓ tasa ng gatas
- ⅓ tasa ng plain Greek yogurt
- ¼ tasa ng langis ng oliba
- 1 kutsarita ng baking powder
- ½ kutsarita ng baking soda
- ¼ kutsarita ng asin
- 2 cloves ng bawang, tinadtad
- ¼ kutsarita ng itim na paminta

MGA TAGUBILIN:
a) Painitin muna ang oven sa 350°F (180°C).
b) Sa isang malaking mangkok, haluin ang mga harina, baking powder, baking soda, asin, at itim na paminta.
c) Sa isa pang mangkok, paghaluin ang tinadtad na spinach, crumbled feta cheese, gatas, Greek yogurt, langis ng oliba, tinadtad na bawang.
d) Idagdag ang mga basang sangkap sa mga tuyong sangkap at ihalo hanggang sa pagsamahin lamang.
e) Ilagay ang batter sa isang greased donut pan at maghurno sa loob ng 12-15 minuto, o hanggang malinis ang isang toothpick na ipinasok sa gitna.
f) Hayaang lumamig sa kawali sa loob ng 5 minuto bago alisin sa wire rack upang ganap na lumamig.

6. Zucchini At Cheddar Donuts

MGA INGREDIENTS:
- 1 tasang all-purpose na harina
- ½ tasa ng buong harina ng trigo
- ½ tasang gadgad na zucchini
- ½ tasang ginutay-gutay na cheddar cheese
- ⅓ tasa ng gatas
- ¼ tasa ng langis ng oliba
- 1 kutsarita ng baking powder
- ½ kutsarita ng baking soda
- ¼ kutsarita ng asin
- ¼ kutsarita ng itim na paminta
- ¼ kutsarita ng pulbos ng bawang

MGA TAGUBILIN:

a) Painitin muna ang oven sa 350°F (180°C).

b) Sa isang malaking mangkok, haluin ang mga harina, baking powder, baking soda, asin, itim na paminta, at pulbos ng bawang.

c) Sa isa pang mangkok, paghaluin ang gadgad na zucchini, ginutay-gutay na cheddar cheese, gatas, at langis ng oliba.

d) Idagdag ang mga basang sangkap sa mga tuyong sangkap at ihalo hanggang sa pagsamahin lamang.

e) Ilagay ang batter sa isang greased donut pan at maghurno sa loob ng 12-15 minuto, o hanggang malinis ang isang toothpick na ipinasok sa gitna.

f) Hayaang lumamig sa kawali sa loob ng 5 minuto bago alisin sa wire rack upang ganap na lumamig.

7. Sweet Potato At Coconut Donuts

MGA INGREDIENTS:
- 1 tasang all-purpose na harina
- ½ tasa ng buong harina ng trigo
- ½ tasang minasa ng kamote
- ½ tasang gata ng niyog
- ⅓ tasa ng brown sugar
- ¼ tasa ng langis ng gulay
- 1 kutsarita ng baking powder
- ½ kutsarita ng baking soda
- ¼ kutsarita ng asin
- ¼ kutsarita ng giniling na luya
- ¼ kutsarita ng giniling na kanela

MGA TAGUBILIN:
a) Painitin muna ang oven sa 350°F (180°C).
b) Sa isang malaking mangkok, haluin ang mga harina, baking powder, baking soda, asin, giniling na luya, at giniling na kanela.
c) Sa isa pang mangkok, paghaluin ang niligis na kamote, gata ng niyog, brown sugar, at vegetable oil.
d) Idagdag ang mga basang sangkap sa mga tuyong sangkap at ihalo hanggang sa pagsamahin lamang.
e) Ilagay ang batter sa isang greased donut pan at maghurno sa loob ng 12-15 minuto, o hanggang malinis ang isang toothpick na ipinasok sa gitna.
f) Hayaang lumamig sa kawali sa loob ng 5 minuto bago alisin sa wire rack upang ganap na lumamig.

8. Beetroot At Dark Chocolate Donuts

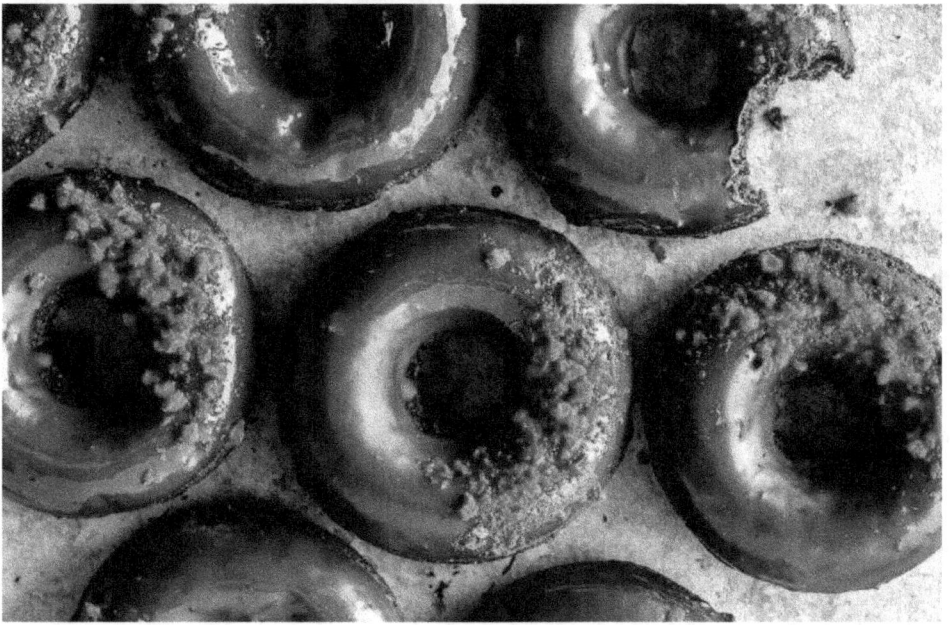

MGA INGREDIENTS:
- 1 tasang all-purpose na harina
- ½ tasa ng buong harina ng trigo
- ½ tasang gadgad na hilaw na beetroot
- ⅓ tasa ng pulot
- ¼ tasa ng langis ng gulay
- ¼ tasa ng unsweetened cocoa powder
- 1 kutsarita ng baking powder
- ½ kutsarita ng baking soda
- ¼ kutsarita ng asin
- ¼ tasa ng dark chocolate chips

MGA TAGUBILIN:

a) Painitin muna ang oven sa 350°F (180°C).

b) Sa isang malaking mangkok, haluin ang mga harina, baking powder, baking soda, asin, at cocoa powder.

c) Sa isa pang mangkok, paghaluin ang grated beetroot, honey, vegetable oil, at dark chocolate chips.

d) Idagdag ang mga basang sangkap sa mga tuyong sangkap at ihalo hanggang sa pagsamahin lamang.

e) Ilagay ang batter sa isang greased donut pan at maghurno sa loob ng 12-15 minuto, o hanggang malinis ang isang toothpick na ipinasok sa gitna.

f) Hayaang lumamig sa kawali sa loob ng 5 minuto bago alisin sa wire rack upang ganap na lumamig.

9. Carrot Cake Donuts

MGA INGREDIENTS:
1 1/2 tasa ng all-purpose na harina
1/2 tasa ng butil na asukal
1 1/2 kutsarita ng baking powder
1/2 kutsarita ng baking soda
1/2 kutsarita ng giniling na kanela
1/4 kutsarita ng ground nutmeg
1/4 kutsarita ng asin
3/4 tasa gadgad na karot
1/2 tasa ng unsweetened applesauce
1/4 tasa ng langis ng gulay
1/4 tasa ng almond milk
1 kutsarita vanilla extract

MGA TAGUBILIN:
Painitin muna ang iyong oven sa 350°F (175°C) at lagyan ng mantika ang isang donut pan.
Sa isang mixing bowl, haluin ang harina, asukal, baking powder, baking soda, cinnamon, nutmeg, at asin.
Idagdag ang grated carrots, applesauce, vegetable oil, almond milk, at vanilla extract sa mga tuyong sangkap. Haluin hanggang sa maayos na pinagsama.
Ilagay ang batter sa inihandang donut pan, punan ang bawat lukab ng halos 2/3 puno.
Maghurno ng 12-15 minuto o hanggang sa malinis ang toothpick na ipinasok sa mga donut.
Hayaang lumamig ang mga donut sa kawali sa loob ng ilang minuto bago ilipat ang mga ito sa wire rack upang ganap na lumamig.

10. Sweet Potato Donuts

MGA INGREDIENTS:
1 tasang niluto at niligis na kamote
1/2 tasa ng almond milk
1/4 tasa ng maple syrup
2 kutsarang tinunaw na langis ng niyog
1 kutsarita vanilla extract
1 tasang all-purpose na harina
1 kutsarita ng baking powder
1/2 kutsarita ng baking soda
1/2 kutsarita ng giniling na kanela
1/4 kutsarita ng ground nutmeg
1/4 kutsarita ng asin

MGA TAGUBILIN:
Painitin muna ang iyong oven sa 350°F (175°C) at lagyan ng mantika ang isang donut pan.
Sa isang mangkok, haluin ang niligis na kamote, almond milk, maple syrup, tinunaw na langis ng niyog, at vanilla extract.
Sa isang hiwalay na mangkok, pagsamahin ang all-purpose na harina, baking powder, baking soda, cinnamon, nutmeg, at asin.
Dahan-dahang idagdag ang mga tuyong sangkap sa mga basang sangkap, haluin hanggang sa pagsamahin lamang.
Ilagay ang batter sa inihandang donut pan, punan ang bawat lukab ng halos 2/3 puno.
Maghurno ng 12-15 minuto o hanggang sa malinis ang toothpick na ipinasok sa mga donut.
Hayaang lumamig ang mga donut sa kawali sa loob ng ilang minuto bago ilipat ang mga ito sa wire rack upang ganap na lumamig.

11. Zucchini Chocolate Chip Donuts

MGA INGREDIENTS:
1 tasang ginutay-gutay na zucchini
1/2 tasa ng unsweetened applesauce
1/4 tasa ng maple syrup
2 kutsarang tinunaw na langis ng niyog
1 kutsarita vanilla extract
1 tasang all-purpose na harina
1/4 tasa ng cocoa powder
1/2 kutsarita ng baking powder
1/2 kutsarita ng baking soda
1/4 kutsarita ng asin
1/4 tasa ng vegan chocolate chips

MGA TAGUBILIN:
Painitin muna ang iyong oven sa 350°F (175°C) at lagyan ng mantika ang isang donut pan.
Sa isang mangkok, pagsamahin ang ginutay-gutay na zucchini, applesauce, maple syrup, tinunaw na langis ng niyog, at vanilla extract.
Sa isang hiwalay na mangkok, haluin ang all-purpose na harina, cocoa powder, baking powder, baking soda, at asin.
Dahan-dahang idagdag ang mga tuyong sangkap sa mga basang sangkap, haluin hanggang sa pagsamahin lamang.
Tiklupin ang chocolate chips.
Ilagay ang batter sa inihandang donut pan, punan ang bawat lukab ng halos 2/3 puno.
Maghurno ng 12-15 minuto o hanggang sa malinis ang toothpick na ipinasok sa mga donut.
Hayaang lumamig ang mga donut sa kawali sa loob ng ilang minuto bago ilipat ang mga ito sa wire rack upang ganap na lumamig.

12. Pumpkin Almond Milk Donuts

MGA INGREDIENTS:
1 tasang pumpkin puree
1/2 tasa ng almond milk
1/4 tasa ng maple syrup
2 kutsarang tinunaw na langis ng niyog
1 kutsarita vanilla extract
1 1/2 tasa ng all-purpose na harina
1 kutsarita ng baking powder
1/2 kutsarita ng baking soda
1/2 kutsarita ng giniling na kanela
1/4 kutsarita ng asin

MGA TAGUBILIN:
Painitin muna ang iyong oven sa 350°F (175°C) at lagyan ng mantika ang isang donut pan.
Sa isang mangkok, haluin ang pumpkin puree, almond milk, maple syrup, tinunaw na langis ng niyog, at vanilla extract.
Sa isang hiwalay na mangkok, pagsamahin ang all-purpose na harina, baking powder, baking soda, cinnamon, at asin.
Dahan-dahang idagdag ang mga tuyong sangkap sa mga basang sangkap, haluin hanggang sa pagsamahin lamang.
Ilagay ang batter sa inihandang donut pan, punan ang bawat lukab ng halos 2/3 puno.
Maghurno ng 12-15 minuto o hanggang sa malinis ang toothpick na ipinasok sa mga donut.
Hayaang lumamig ang mga donut sa kawali sa loob ng ilang minuto bago ilipat ang mga ito sa wire rack upang ganap na lumamig.

13. Beetroot at Chocolate Donuts

MGA INGREDIENTS:
1 tasang niluto at purong beets
1/2 tasa ng almond milk
1/4 tasa ng maple syrup
2 kutsarang tinunaw na langis ng niyog
1 kutsarita vanilla extract
1 tasang all-purpose na harina
1/4 tasa ng cocoa powder
1/2 kutsarita ng baking powder
1/2 kutsarita ng baking soda
1/4 kutsarita ng asin

MGA TAGUBILIN:
Painitin muna ang iyong oven sa 350°F (175°C) at lagyan ng mantika ang isang donut pan.
Sa isang mangkok, pagsamahin ang mga pureed beets, almond milk, maple syrup, tinunaw na langis ng niyog, at vanilla extract.
Sa isang hiwalay na mangkok, haluin ang all-purpose na harina, cocoa powder, baking powder, baking soda, at asin.
Dahan-dahang idagdag ang mga tuyong sangkap sa mga basang sangkap, haluin hanggang sa pagsamahin lamang.
Ilagay ang batter sa inihandang donut pan, punan ang bawat lukab ng halos 2/3 puno.
Maghurno ng 12-15 minuto o hanggang sa malinis ang toothpick na ipinasok sa mga donut.
Hayaang lumamig ang mga donut sa kawali sa loob ng ilang minuto bago ilipat ang mga ito sa wire rack upang ganap na lumamig.

14. Butternut Squash Spice Donuts

MGA INGREDIENTS:
1 tasang niluto at minasa na butternut squash
1/2 tasa ng almond milk
1/4 tasa ng maple syrup
2 kutsarang tinunaw na langis ng niyog
1 kutsarita vanilla extract
1 1/2 tasa ng all-purpose na harina
1 kutsarita ng baking powder
1/2 kutsarita ng baking soda
1/2 kutsarita ng giniling na kanela
1/4 kutsarita ng ground nutmeg
1/4 kutsarita na giniling na mga clove
1/4 kutsarita ng asin

MGA TAGUBILIN:
Painitin muna ang iyong oven sa 350°F (175°C) at lagyan ng mantika ang isang donut pan.

Sa isang mangkok, haluin ang mashed butternut squash, almond milk, maple syrup, melted coconut oil, at vanilla extract.

Sa isang hiwalay na mangkok, pagsamahin ang all-purpose na harina, baking powder, baking soda, cinnamon, nutmeg, cloves, at asin.

Dahan-dahang idagdag ang mga tuyong sangkap sa mga basang sangkap, haluin hanggang sa pagsamahin lamang.

Ilagay ang batter sa inihandang donut pan, punan ang bawat lukab ng halos 2/3 puno.

Maghurno ng 12-15 minuto o hanggang sa malinis ang toothpick na ipinasok sa mga donut.

Hayaang lumamig ang mga donut sa kawali sa loob ng ilang minuto bago ilipat ang mga ito sa wire rack upang ganap na lumamig.

15. Broccoli at Cheddar Donuts

MGA INGREDIENTS:
1 1/2 tasa ng all-purpose na harina
1/2 tasa ng cornmeal
1 kutsarang baking powder
1/2 kutsarita ng asin
1 tasang tinadtad na steamed broccoli
1/2 tasa ng gadgad na cheddar cheese
1/4 tasa ng langis ng gulay
1/2 tasa ng almond milk
1 kutsarang nutritional yeast (opsyonal)

MGA TAGUBILIN:
Painitin muna ang iyong oven sa 350°F (175°C) at lagyan ng mantika ang isang donut pan.
Sa isang mixing bowl, pagsamahin ang all-purpose flour, cornmeal, baking powder, at asin.
Idagdag ang tinadtad na broccoli, grated cheddar cheese, vegetable oil, almond milk, at nutritional yeast (kung gumagamit). Haluin hanggang sa maayos na pinagsama.
Ilagay ang batter sa inihandang donut pan, punan ang bawat lukab ng halos 2/3 puno.
Maghurno ng 12-15 minuto o hanggang sa malinis ang toothpick na ipinasok sa mga donut.
Hayaang lumamig ang mga donut sa kawali sa loob ng ilang minuto bago ilipat ang mga ito sa wire rack upang ganap na lumamig.

16. Kale at Bawang Donut

MGA INGREDIENTS:
1 1/2 tasa ng all-purpose na harina
1/2 tasa ng cornmeal
1 kutsarang baking powder
1/2 kutsarita ng asin
1 tasang tinadtad na kale (pinutong at pinisil tuyo)
2 cloves ng bawang, tinadtad
1/4 tasa ng langis ng oliba
1/2 tasa ng almond milk

MGA TAGUBILIN:
Painitin muna ang iyong oven sa 350°F (175°C) at lagyan ng mantika ang isang donut pan.
Sa isang mixing bowl, pagsamahin ang all-purpose flour, cornmeal, baking powder, at asin.
Idagdag ang tinadtad na kale, tinadtad na bawang, langis ng oliba, at almond milk. Haluin hanggang sa maayos na pinagsama.
Ilagay ang batter sa inihandang donut pan, punan ang bawat lukab ng halos 2/3 puno.
Maghurno ng 12-15 minuto o hanggang sa malinis ang toothpick na ipinasok sa mga donut.
Hayaang lumamig ang mga donut sa kawali sa loob ng ilang minuto bago ilipat ang mga ito sa wire rack upang ganap na lumamig.

CHEESE DONUTS

17. Mga Donut ng Tiramisu

MGA INGREDIENTS:
PARA SA YEAST DONUTS
- ½ tasang mainit na tubig
- 2 at ¼ kutsarita ng aktibong dry yeast
- ½ tasa ng mainit na buttermilk
- 1 malaking itlog, pinalo
- ¼ tasa ng tinunaw na mantikilya
- ¼ tasa ng asukal
- ½ kutsarita ng asin
- 3 tasang all-purpose na harina, dagdag pa para sa pagmamasa

PARA SA COFFEE CREAM FILLING
- ¾ tasa ng whipping cream, malamig
- ½ tasang may pulbos na asukal
- 1 kutsarita ng vanilla
- ¾ tasa ng mascarpone cheese
- 2 tablespoons brewed coffee, malamig

PARA SA WHITE CHOCOLATE GLAZE
- 150 gramo ng puting tsokolate
- 4 na kutsarang whipping cream
- cocoa powder para sa pag-aalis ng alikabok sa tuktok ng mga donut

MGA TAGUBILIN:

a) Sa isang mangkok ng paghahalo, idagdag ang maligamgam na tubig. Budburan ang lebadura at humigit-kumulang 1 kutsarita ng asukal. Hayaang umupo ang halo na ito ng 5-7 minuto, o hanggang sa mabula. Idagdag ang buttermilk, itlog, tinunaw na mantikilya, natitirang asukal, at asin. Haluin ang lahat gamit ang isang kahoy na kutsara hanggang sa lahat ay maisama.

b) Magdagdag ng 3 tasa ng harina, isang tasa sa isang pagkakataon, at pukawin hanggang ang timpla ay magsimulang bumuo ng isang malabo na masa. Ipagpatuloy ang paghahalo hanggang sa mabuo ang maluwag na masa sa gitna.

c) Alikabok ng harina ang malinis na working surface. Baliktarin ang kuwarta at masahin hanggang sa maging makinis at nababanat ang kuwarta, lagyan ng alikabok ang iyong mga kamay at tabunan ng harina kung kinakailangan. Upang subukan ito, kumuha ng isang maliit na bahagi ng kuwarta sa iyong kamay, at iunat ito gamit ang iyong mga daliri upang bumuo ng isang parisukat. Ang kuwarta ay dapat bumuo ng isang translucent film sa gitna. Ito ay kilala rin bilang ang Window Pane test. Hugis bola ang minasa na masa. Ilagay ito sa isang mangkok at takpan ito ng malinis na tuwalya. Hayaang tumaas ito ng 1 at ½ hanggang 2 oras, o hanggang dumoble ang laki. Samantala, gupitin ang 12-14 na piraso ng square parchment paper na mga 4-5 pulgada.

d) Kapag bumangon, dahan-dahang i-deflate ang kuwarta. Sa ibabaw ng bahagyang harina, igulong ang isang bahagi ng kuwarta sa isang magaspang na parihaba na ½ pulgada ang kapal. Gamit ang isang cookie cutter na 3 pulgada ang diyametro, gupitin ang pinakamaraming bilog hangga't maaari mula sa kuwarta. Ulitin sa kabilang kalahati ng kuwarta.

e) Ilagay ang bawat hugis na kuwarta sa isang parisukat na parchment paper at ayusin ang mga ito sa isang malaking baking tray. Maluwag na takpan ang kawali gamit ang isang malinis na tuwalya sa kusina at hayaan itong bumangon muli sa loob ng 30-40 minuto o hanggang malambot at mabulaklak.

f) Painitin muna ang humigit-kumulang 3-4 pulgada ng langis ng canola sa isang malawak na makapal na ilalim na kawali. Kapag ang mantika ay umabot na sa 350 F, ibaba ang 2-3 donut sa isang pagkakataon, maingat na ilalabas ang mga ito mula sa parchment paper, at iprito hanggang ginintuang sa bawat panig, mga 1-3 minuto sa kabuuan. Mabilis na kayumanggi ang mga donut, kaya bantayan silang mabuti. Patuyuin ang piniritong donut sa isang rack na nasa ibabaw ng baking sheet na nilagyan ng paper towel. Hayaang lumamig nang lubusan ang mga ito bago punan.

GAWIN MO ANG TIRAMISU FILLING

g) Sa mangkok ng stand mixer, pagsamahin ang whipping cream, powdered sugar, at vanilla extract. Talunin ang pinaghalong gamit ang whisk attachment hanggang sa makapal at malambot. Idagdag ang mascarpone cheese at ang malamig na kape at talunin lamang hanggang sa pinagsama.

h) Ilipat ang cream sa isang piping bag na nilagyan ng attachment o sa isang cookie press na may filler attachment.

i) Gamit ang isang daliri o ang piping attachment, gumawa ng butas sa gilid ng isang donut. Gamitin ang iyong mga daliri upang gumawa ng ilang guwang na espasyo sa loob ng donut sa pamamagitan ng pagwawalis ng paggalaw sa loob. I-pipe ang ilang tiramisu cream sa loob hanggang sa lumawak ang mga donut.

GUMAGAWA NG WHITE CHOCOLATE GLAZE

j) Gupitin ang tsokolate sa maliliit na piraso at ilagay ito sa isang malawak na mangkok na hindi tinatablan ng init. Ibuhos ang whipping cream sa isang mangkok na ligtas sa microwave at painitin ito sa microwave hanggang sa magsimulang bumula ang mga gilid ng mga 15-30 segundo

18. Mini Ricotta Donuts na Nilagyan ng Nutella

MGA INGREDIENTS:
- Canola oil (para sa deep frying)
- ¾ tasa ng all-purpose na harina
- 2 kutsarita ng baking powder
- ¼ kutsarita ng asin
- 1 tasang ricotta cheese
- 2 malalaking itlog
- 2 kutsarang butil na asukal
- 2 kutsarita vanilla extract
- ½ tasa ng Nutella
- Icing sugar (opsyonal)

MGA TAGUBILIN:
a) Sa isang maliit na mangkok, haluin ang harina, baking powder, at asin; itabi.

b) Sa isang malaking mangkok ng paghahalo, talunin ang ricotta cheese, itlog, asukal, at banilya. Idagdag ang mga tuyong sangkap at ihalo hanggang sa maayos na pagsamahin.

c) Ibuhos ang langis ng canola sa isang malalim, mabigat na ilalim na palayok, mga 1½ pulgada ang lalim. Mag-init ng mantika sa humigit-kumulang 370°F, gamit ang deep-frying thermometer.

d) Dahan-dahang ihulog ang mga bola ng batter na kasing laki ng kutsara sa mantika, na bumaba nang maayos upang makuha ang pinakamabilog na bola na posible. Magprito ng 4-5 nang paisa-isa, paminsan-minsan, hanggang sa ginintuang, 3-4 minuto. Gamit ang mga sipit, ilipat ang mga donut sa isang tuwalya ng papel upang maubos. Ulitin hanggang maubos ang batter. Hayaang lumamig ang mga donut hanggang sa madaling hawakan.

e) Ilipat ang Nutella sa isang syringe o piping bag na may mahaba at matulis na dulo. Maaaring makatulong na painitin muna ang Nutella sa microwave nang humigit-kumulang 30 segundo. Gumawa ng maliit na butas sa mga donut, pagkatapos ay ipasok ang syringe at punuin ng Nutella. Mag-iiba-iba ang mga halaga, ngunit dapat kang magkaroon ng magandang pakiramdam kung magkano ang Nutella sa bawat isa. Ulitin sa lahat ng mga donut.

f) Budburan ng icing sugar, kung gusto, at ihain.

19. Cheddar at Jalapeño Cheese Donuts

MGA INGREDIENTS:
- 2 tasang all-purpose na harina
- 1 kutsarang baking powder
- ½ kutsarita ng asin
- ¼ tasa unsalted butter, natunaw
- 1 tasang gatas
- 2 malalaking itlog
- ½ tasang ginutay-gutay na cheddar cheese
- ¼ tasa ng adobo na jalapeño, tinadtad

MGA TAGUBILIN:

a) Painitin muna ang oven sa 375°F (190°C) at lagyan ng mantika ang isang donut pan na may cooking spray.

b) Sa isang mixing bowl, haluin ang harina, baking powder, at asin.

c) Sa isang hiwalay na mangkok, paghaluin ang tinunaw na mantikilya, gatas, at mga itlog.

d) Idagdag ang mga basang sangkap sa mga tuyong sangkap at haluin hanggang sa mahusay na pinagsama.

e) Tiklupin ang ginutay-gutay na cheddar cheese at tinadtad na jalapeño.

f) Ilagay ang batter sa inihandang donut pan, punan ang bawat amag na halos ¾ na puno.

g) Maghurno ng 12-15 minuto o hanggang sa maging golden brown ang mga donut.

h) Alisin sa oven at hayaang lumamig ng 5 minuto bago alisin sa kawali.

20. Blue Cheese at Bacon Donuts

MGA INGREDIENTS:
- 2 tasang all-purpose na harina
- 1 kutsarang baking powder
- ½ kutsarita ng asin
- ¼ tasa unsalted butter, natunaw
- 1 tasang gatas
- 2 malalaking itlog
- ½ tasang durog na asul na keso
- ¼ tasa ng nilutong bacon, gumuho

MGA TAGUBILIN:

a) Painitin muna ang oven sa 375°F (190°C) at lagyan ng mantika ang isang donut pan na may cooking spray.

b) Sa isang mixing bowl, haluin ang harina, baking powder, at asin.

c) Sa isang hiwalay na mangkok, paghaluin ang tinunaw na mantikilya, gatas, at mga itlog.

d) Idagdag ang mga basang sangkap sa mga tuyong sangkap at haluin hanggang sa mahusay na pinagsama.

e) I-fold sa crumbled blue cheese at nilutong bacon.

f) Ilagay ang batter sa inihandang donut pan, punan ang bawat amag na halos ¾ na puno.

g) Maghurno ng 12-15 minuto o hanggang sa maging golden brown ang mga donut.

h) Alisin sa oven at hayaang lumamig ng 5 minuto bago alisin sa kawali.

21. Goat Cheese at Fig Donuts

MGA INGREDIENTS:
- 2 tasang all-purpose na harina
- 1 kutsarang baking powder
- ½ kutsarita ng asin
- ¼ tasa unsalted butter, natunaw
- 1 tasang gatas
- 2 malalaking itlog
- ½ tasang durog na keso ng kambing
- ¼ tasa ng pinatuyong igos, tinadtad

MGA TAGUBILIN:

a) Painitin muna ang oven sa 375°F (190°C) at lagyan ng mantika ang isang donut pan na may cooking spray.
b) Sa isang mixing bowl, haluin ang harina, baking powder, at asin.
c) Sa isang hiwalay na mangkok, paghaluin ang tinunaw na mantikilya, gatas, at mga itlog.
d) Idagdag ang mga basang sangkap sa mga tuyong sangkap at haluin hanggang sa mahusay na pinagsama.
e) I-fold sa crumbled goat cheese at tinadtad na tuyo na igos.
f) Ilagay ang batter sa inihandang donut pan, punan ang bawat amag na halos ¾ na puno.
g) Maghurno ng 12-15 minuto o hanggang sa maging golden brown ang mga donut.
h) Alisin sa oven at hayaang lumamig ng 5 minuto bago alisin sa kawali.

22. Feta at Spinach Donuts

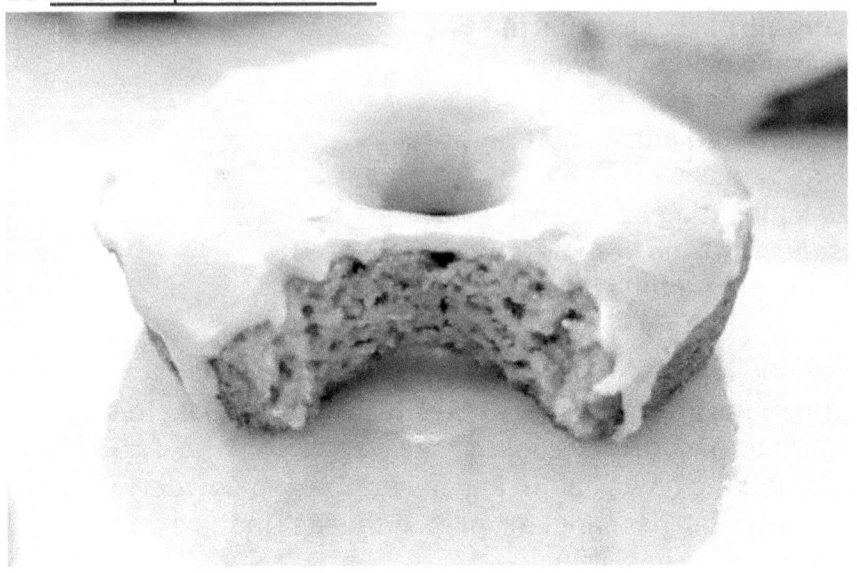

MGA INGREDIENTS:
- 2 tasang all-purpose na harina
- 1 kutsarang baking powder
- ½ kutsarita ng asin
- ¼ tasa unsalted butter, natunaw
- 1 tasang gatas
- 2 malalaking itlog
- ½ tasang durog na feta cheese
- ¼ tasa ng frozen spinach, lasaw at pinatuyo

MGA TAGUBILIN:
a) Painitin muna ang oven sa 375°F (190°C) at lagyan ng mantika ang isang donut pan na may cooking spray.
b) Sa isang mixing bowl, haluin ang harina, baking powder, at asin.
c) Sa isang hiwalay na mangkok, paghaluin ang tinunaw na mantikilya, gatas, at mga itlog.
d) Idagdag ang mga basang sangkap sa mga tuyong sangkap at haluin hanggang sa mahusay na pinagsama.
e) I-fold sa crumbled feta cheese at lasaw, pinatuyo na spinach.
f) Ilagay ang batter sa inihandang donut pan, punan ang bawat amag na halos ¾ na puno.
g) Maghurno ng 12-15 minuto o hanggang sa maging golden brown ang mga donut.
h) Alisin sa oven at hayaang lumamig ng 5 minuto bago alisin sa kawali.

23. Gouda at Ham Donuts

MGA INGREDIENTS:
- 2 tasang all-purpose na harina
- 1 kutsarang baking powder
- ½ kutsarita ng asin
- ¼ tasa unsalted butter, natunaw
- 1 tasang gatas
- 2 malalaking itlog
- ½ tasang ginutay-gutay na gouda cheese
- ¼ tasa diced ham

MGA TAGUBILIN:
a) Painitin muna ang oven sa 375°F (190°C) at lagyan ng mantika ang isang donut pan na may cooking spray.
b) Sa isang mixing bowl, haluin ang harina, baking powder, at asin.
c) Sa isang hiwalay na mangkok, paghaluin ang tinunaw na mantikilya, gatas, at mga itlog.
d) Idagdag ang mga basang sangkap sa mga tuyong sangkap at haluin hanggang sa mahusay na pinagsama.
e) Tiklupin ang ginutay-gutay na gouda cheese at diced ham.
f) Ilagay ang batter sa inihandang donut pan, punan ang bawat amag na halos ¾ na puno.
g) Maghurno ng 12-15 minuto o hanggang sa maging golden brown ang mga donut.
h) Alisin sa oven at hayaang lumamig ng 5 minuto bago alisin sa kawali.

MGA DONUT NA PINANGIS

24. Cinnamon Protein donuts

MGA INGREDIENTS:
- 85 g harina ng niyog
- 110 g vanilla flavored germinated brown rice protein powder
- 25 g almond flour
- 50 g maple sugar
- 30 ML natunaw na langis ng niyog
- 8 g baking powder
- 115 ML ng soy milk
- ½ kutsarita ng apple cider vinegar
- ½ kutsarita ng vanilla paste
- ½ kutsarita ng kanela
- 30ml organikong sarsa ng mansanas
- 30 g powdered coconut sugar
- 10 g kanela

Mga direksyon:
a) Sa isang mangkok, pagsamahin ang lahat ng mga tuyong sangkap.
b) Sa isang hiwalay na mangkok, haluin ang gatas na may sarsa ng mansanas, langis ng niyog, at suka ng cider.
c) Tiklupin ang mga basang sangkap sa tuyo at haluin hanggang sa maihalo nang lubusan.
d) Painitin ang oven sa 180° C/350° F at lagyan ng grasa ang 10-hole donut pan.
e) Ilagay ang inihandang batter sa isang greased donut pan.
f) Maghurno ng mga donut sa loob ng 15-20 minuto.
g) Habang mainit pa ang mga donut, budburan ng coconut sugar at cinnamon. Ihain nang mainit.

25. Maanghang na Spanish Donuts

MGA INGREDIENTS:
- 2 tasa ng cariaco corn
- ½ tasa ng sariwang likidong gatas
- ¼ tasa ng langis
- 1 kutsarita ng kanela
- 1 kutsarita ng matamis na clove
- 1 kutsarita ng matamis na anis
- 3 itlog
- 1 tasa ng gadgad na papelón

MGA TAGUBILIN:
a) Ilagay ang cariaco corn upang maluto sa isang kaldero sa loob ng 10 minuto lamang upang hindi ito maluto, bagkus ay magbabad;
b) Gumiling sa isang karaniwang gilingan ng mais, kunin ang kuwarta at masahin ito kasama ng iba pang mga INGREDIENTS:
c) Masahin nang mabuti hanggang sa hindi dumikit ang timpla sa iyong mga kamay, hayaan itong magpahinga ng 15 minuto.
d) Painitin muna ang oven sa 180 °C o 350 °F.
e) Pagulungin ang kuwarta at kumuha ng 30 g na mga bahagi at iunat ito sa isang manipis na hugis ng bar
f) Pagdugtungin ang mga dulo upang bumuo ng mga singsing o donut.
g) Ilagay sa dahon ng saging sa ibabaw ng tray, at ilagay sa oven sa loob ng 30 minuto.
h) Alisin mula sa oven at hayaang tumayo sa temperatura ng silid.
i) Ihain at magsaya

26. Nutmeg Donut muffins

MGA INGREDIENTS:
MUFFINS
- 1 ½ tasang all purpose flour
- ½ tasang asukal
- 1 ½ kutsarita ng baking powder
- ⅛ kutsarita ng asin
- ½ kutsarita ng Ground Cinnamon
- ¼ kutsarita ng Nutmeg
- ⅓ tasa ng tinunaw na mantikilya
- 1 kutsarita vanilla extract
- 1 itlog
- ¼ tasa ng gatas
- ¼ tasa ng yogurt
- **MGA TOPPING**
- ⅓ tasa ng asukal
- 2 kutsarita ng giniling na kanela
- 5 kutsarang tinunaw na mantikilya

MGA TAGUBILIN:
a) Painitin muna ang oven sa 180°C/375 degrees at i-spray ang iyong kawali o mantika. Itabi.

b) Haluin ang harina,baking powder,cinnamon, nutmeg at asin pagkatapos ay haluin at itabi.Pagsamahin ang itlog,asukal,gatas at yoghurt hanggang makinis.Idagdag ang tinunaw na mantikilya at vanilla essence at ihalo.

c) Ibuhos ang mga basang sangkap sa tuyo at haluin hanggang sa pagsamahin lamang.(Huwag mag-overmix)

d) Ilagay ang batter sa mga muffin cup na humigit-kumulang ½ -¾ nang buo. Maghurno sa preheated oven sa loob ng 20-25 minuto. Hayaang lumamig ang muffins sa kawali nang ilang minuto bago alisin.

e) Para sa topping. Sa isang maliit na mangkok, paghaluin ang cinnamon at asukal. Sa isa pang mangkok, tunawin ang 5 tbs butter.

f) Isawsaw ang muffins sa mantikilya.Isawsaw at igulong sa pinaghalong cinnamon sugar.

g) Ihain at magsaya!

27. Apple Cider Paleo Donuts

MGA INGREDIENTS:
- ½ kutsarita ng kanela
- ½ kutsarita ng baking soda
- ⅛ kutsarita ng asin sa dagat
- 2 itlog
- ilang patak ng stevia liquid
- ½ tasang harina ng niyog
- 2 kutsarang almond oil
- ½ tasa ng mainit na apple cider
- 2 kutsarang ghee, natunaw - para sa patong

CINNAMON SUGAR
- ½ tasa ng butil na asukal sa niyog
- 1 kutsarang kanela

MGA TAGUBILIN:
a) Painitin muna ang gumagawa ng donut.
b) Pagsamahin ang coconut flour, baking soda, cinnamon, at asin.
c) Talunin ang mga itlog, mantika, at stevia sa isa pang mangkok.
d) Paghaluin ang mga tuyong sangkap sa mga basang sangkap kasama ang apple cider.
e) I-scoop ang donut batter sa tagagawa ng donut.
f) Magluto ng 3 minuto.
g) I-brush ang mga donut na may tinunaw na ghee/butter/almond oil.
h) Ihagis ang mga donut na may cinnamon/coconut sugar mixture.

28. Cinnamon Sugar Donuts

MGA INGREDIENTS:
- 2 tasang all-purpose na harina
- 1 ½ kutsarita ng baking powder
- 1/2 kutsarita ng baking soda
- 1/2 kutsarita ng asin
- 1 kutsarita ng giniling na kanela
- 1/4 kutsarita ng ground nutmeg
- 1/4 kutsarita na giniling na mga clove
- 1/2 tasa ng butil na asukal
- 1/4 tasa unsalted butter, natunaw
- 1/2 tasa ng buttermilk
- 1/2 tasa ng plain yogurt
- 2 malalaking itlog
- 1 kutsarita vanilla extract

PARA SA COATING:
- 1/2 tasa ng butil na asukal
- 1 kutsarita ng giniling na kanela

MGA TAGUBILIN:
a) Painitin muna ang iyong oven sa 350°F (175°C) at lagyan ng mantika ang isang donut pan.
b) Sa isang mixing bowl, haluin ang harina, baking powder, baking soda, asin, kanela, nutmeg, at cloves.
c) Sa isang hiwalay na mangkok, haluin ang asukal, tinunaw na mantikilya, buttermilk, yogurt, itlog, at vanilla extract.
d) Idagdag ang mga basang sangkap sa mga tuyong sangkap at haluin hanggang sa pagsamahin lamang.
e) Ilagay ang batter sa inihandang donut pan, punan ang bawat lukab ng halos 2/3 puno.
f) Maghurno ng 12-15 minuto o hanggang sa malinis ang toothpick na ipinasok sa mga donut.
g) Habang mainit pa ang mga donut, pagsamahin ang butil na asukal at giniling na kanela para sa patong sa isang mababaw na mangkok.
h) Isawsaw ang bawat donut sa pinaghalong asukal sa kanela, pinahiran ang lahat ng panig.
i) Hayaang lumamig ang mga donut sa wire rack.

29. Gingerbread Donuts

MGA INGREDIENTS:
- 2 tasang all-purpose na harina
- 1 1/2 kutsarita ng baking powder
- 1/2 kutsarita ng baking soda
- 1/4 kutsarita ng asin
- 1 1/2 kutsarita ng giniling na luya
- 1 kutsarita ng giniling na kanela
- 1/2 kutsarita ng ground nutmeg
- 1/2 kutsarita ng giniling na mga clove
- 1/2 tasa unsalted butter, natunaw
- 1/2 tasa ng butil na asukal
- 1/2 tasa ng pulot
- 2 malalaking itlog
- 1 tasang buttermilk

PARA SA GLAZE:
- 1 tasang may pulbos na asukal
- 1-2 kutsarang gatas
- 1/2 kutsarita ng giniling na kanela

MGA TAGUBILIN:
a) Painitin muna ang iyong oven sa 350°F (175°C) at lagyan ng mantika ang isang donut pan.
b) Sa isang mixing bowl, haluin ang harina, baking powder, baking soda, asin, luya, kanela, nutmeg, at cloves.
c) Sa isang hiwalay na mangkok, haluin ang tinunaw na mantikilya, granulated sugar, pulot, itlog, at buttermilk.
d) Idagdag ang mga basang sangkap sa mga tuyong sangkap at haluin hanggang sa pagsamahin lamang.
e) Ilagay ang batter sa inihandang donut pan, punan ang bawat lukab ng halos 2/3 puno.
f) Maghurno ng 12-15 minuto o hanggang sa malinis ang toothpick na ipinasok sa mga donut.
g) Hayaang lumamig ang mga donut sa kawali sa loob ng ilang minuto bago ilipat ang mga ito sa wire rack upang ganap na lumamig.
h) Sa isang maliit na mangkok, haluin ang powdered sugar, gatas, at giniling na kanela para gawing glaze. Magdagdag ng higit pang gatas kung kinakailangan upang makamit ang isang nabubuong pare-pareho.
i) Isawsaw ang bawat donut sa glaze, hayaang tumulo ang labis. Hayaang matuyo ang glaze bago ihain.

30. Cardamom Spiced Donuts

MGA INGREDIENTS:
- 2 tasang all-purpose na harina
- 1 1/2 kutsarita ng baking powder
- 1/2 kutsarita ng baking soda
- 1/4 kutsarita ng asin
- 1 kutsarita ng ground cardamom
- 1/2 kutsarita ng giniling na kanela
- 1/4 kutsarita ng ground nutmeg
- 1/2 tasa unsalted butter, natunaw
- 1/2 tasa ng butil na asukal
- 1/2 tasa ng buttermilk
- 2 malalaking itlog
- 1 kutsarita vanilla extract

PARA SA TOPPING:
- 1/4 tasa unsalted butter, natunaw
- 1/2 tasa ng butil na asukal
- 1 kutsarita ng ground cardamom

MGA TAGUBILIN:
a) Painitin muna ang iyong oven sa 350°F (175°C) at lagyan ng mantika ang isang donut pan.
b) Sa isang mixing bowl, haluin ang harina, baking powder, baking soda, asin, cardamom, cinnamon, at nutmeg.
c) Sa isang hiwalay na mangkok, haluin ang tinunaw na mantikilya, granulated sugar, buttermilk, itlog, at vanilla extract.
d) Idagdag ang mga basang sangkap sa mga tuyong sangkap at haluin hanggang sa pagsamahin lamang.
e) Ilagay ang batter sa inihandang donut pan, punan ang bawat lukab ng halos 2/3 puno.
f) Maghurno ng 12-15 minuto o hanggang sa malinis ang toothpick na ipinasok sa mga donut.
g) Habang ang mga donut ay mainit-init pa, isawsaw ang bawat donut sa tinunaw na mantikilya, pagkatapos ay igulong sa pinaghalong granulated sugar at ground cardamom hanggang mabalot.
h) Hayaang lumamig ang mga donut sa wire rack.

31. Apple Cider Donuts

MGA INGREDIENTS:
- 2 tasang all-purpose na harina
- 1 1/2 kutsarita ng baking powder
- 1/2 kutsarita ng baking soda
- 1/2 kutsarita ng asin
- 1 kutsarita ng giniling na kanela
- 1/4 kutsarita ng ground nutmeg
- 1/4 kutsarita na giniling na mga clove
- 1/2 tasa unsalted butter, natunaw
- 1/2 tasa ng butil na asukal
- 1/4 tasa na naka-pack na light brown sugar
- 2 malalaking itlog
- 1/2 tasa ng apple cider
- 1/2 tasa plain Greek yogurt
- 1 kutsarita vanilla extract

PARA SA COATING:
- 1/2 tasa ng butil na asukal
- 1 kutsarita ng giniling na kanela

MGA TAGUBILIN:

a) Painitin muna ang iyong oven sa 350°F (175°C) at lagyan ng mantika ang isang donut pan.

b) Sa isang mixing bowl, haluin ang harina, baking powder, baking soda, asin, kanela, nutmeg, at cloves.

c) Sa isang hiwalay na mangkok, haluin ang tinunaw na mantikilya, granulated sugar, brown sugar, itlog, apple cider, Greek yogurt, at vanilla extract.

d) Idagdag ang mga basang sangkap sa mga tuyong sangkap at haluin hanggang sa pagsamahin lamang.

e) Ilagay ang batter sa inihandang donut pan, punan ang bawat lukab ng halos 2/3 puno.

f) Maghurno ng 12-15 minuto o hanggang sa malinis ang toothpick na ipinasok sa mga donut.

g) Habang mainit pa ang mga donut, pagsamahin ang butil na asukal at giniling na kanela para sa patong sa isang mababaw na mangkok.

h) Isawsaw ang bawat donut sa pinaghalong asukal sa kanela, pinahiran ang lahat ng panig.

i) Hayaang lumamig ang mga donut sa wire rack.

32. Pumpkin Spice Donuts

MGA INGREDIENTS:
- 1 3/4 tasa ng all-purpose na harina
- 1 1/2 kutsarita ng baking powder
- 1/2 kutsarita ng baking soda
- 1/2 kutsarita ng asin
- 1 kutsarita ng giniling na kanela
- 1/2 kutsarita ng ground nutmeg
- 1/4 kutsarita na giniling na mga clove
- 1/4 kutsarita ng giniling na luya
- 1/2 tasa ng butil na asukal
- 1/4 tasa na naka-pack na light brown sugar
- 1/2 tasa pumpkin puree
- 1/3 tasa ng buttermilk
- 1/4 tasa ng langis ng gulay
- 1 malaking itlog
- 1 kutsarita vanilla extract

PARA SA GLAZE:
- 1 tasang may pulbos na asukal
- 2 kutsarang gatas
- 1/2 kutsarita ng giniling na kanela
- 1/4 kutsarita ng ground nutmeg

MGA TAGUBILIN:
a) Painitin muna ang iyong oven sa 350°F (175°C) at lagyan ng mantika ang isang donut pan.
b) Sa isang mixing bowl, haluin ang harina, baking powder, baking soda, asin, kanela, nutmeg, cloves, at luya.
c) Sa isang hiwalay na mangkok, haluin ang granulated sugar, brown sugar, pumpkin puree, buttermilk, vegetable oil, egg, at vanilla extract.
d) Idagdag ang mga basang sangkap sa mga tuyong sangkap at haluin hanggang sa pagsamahin lamang.
e) Ilagay ang batter sa inihandang donut pan, punan ang bawat lukab ng halos 2/3 puno.
f) Maghurno ng 12-15 minuto o hanggang sa malinis ang toothpick na ipinasok sa mga donut.
g) Sa isang maliit na mangkok, haluin ang powdered sugar, gatas, kanela, at nutmeg para gawing glaze.
h) Isawsaw ang bawat donut sa glaze, hayaang tumulo ang labis.

CHOCOLATE DONUTS

33. Chocolate Cake Donuts

MGA INGREDIENTS:
- 1 ½ tasang all-purpose na harina
- ½ tasa ng unsweetened cocoa powder
- ½ kutsarita ng baking powder
- ½ kutsarita ng baking soda
- ¼ kutsarita ng asin
- ½ tasa ng butil na asukal
- ¼ tasa ng langis ng gulay
- 1 malaking itlog
- 1 kutsarita vanilla extract
- ¾ tasa ng buttermilk
- 1 tasang may pulbos na asukal
- ¼ tasa ng gatas
- ¼ tasa ng unsweetened cocoa powder

MGA TAGUBILIN:
a) Painitin muna ang oven sa 375°F. Grasa ang isang donut pan na may non-stick cooking spray at itabi.
b) Sa isang malaking mixing bowl, haluin ang harina, cocoa powder, baking powder, baking soda, asin, at asukal.
c) Sa isang hiwalay na mangkok ng paghahalo, haluin ang langis, itlog, at vanilla extract. Dahan-dahang haluin ang buttermilk hanggang sa maayos na pagsamahin.
d) Ibuhos ang mga basang sangkap sa mga tuyong sangkap at ihalo hanggang sa pagsamahin lamang.
e) Ilipat ang batter sa isang piping bag at i-pipe sa inihandang donut pan, pinupuno ang bawat lukab ng halos ⅔ puno.
f) Maghurno ng 10-12 minuto o hanggang sa malinis na lumabas ang isang toothpick na ipinasok sa gitna ng isang donut.
g) Sa isang maliit na mangkok, haluin ang powdered sugar, gatas, at cocoa powder hanggang sa mabuo ang glaze. Isawsaw ang pinalamig na donut sa glaze at hayaang matuyo sa wire rack.

34. Inihurnong Oreo Donuts

MGA INGREDIENTS:
- 1 tasang all-purpose na harina
- ½ tasang naka-pack na light brown sugar
- ⅓ tasa ng unsweetened cocoa powder
- ½ kutsarita ng asin
- ¾ kutsarita ng baking powder
- ½ kutsarita ng baking soda
- 1 malaking itlog
- ½ tasa ng gatas ng anumang uri
- ¼ tasa ng tinunaw na langis ng niyog o langis ng gulay
- 1½ kutsarita ng vanilla extract
- 6 Oreo cookies, dinurog sa mga mumo
- Cream Cheese Frosting

MGA TAGUBILIN:
a) Painitin ang oven sa 350°F.
b) Bahagyang mag-spray ng dalawang 6-count na donut pan na may non-stick cooking spray. Itabi.
c) Sa isang malaking mangkok, pagsamahin ang harina, brown sugar, cocoa powder, asin, baking powder, at baking soda. Itabi.
d) Sa isang medium bowl, haluin ang itlog, gatas, langis ng niyog, at vanilla extract hanggang makinis. Dahan-dahang ibuhos ang mga basang sangkap sa pinaghalong harina, haluin hanggang sa pagsamahin lamang. Ang batter ay magiging napakakapal.
e) Dahan-dahang tiklupin ang dinurog na Oreo cookies
f) Ilagay ang timpla sa isang malaking ziplock bag at gupitin ang dulo ng ibabang sulok.
g) I-pipe ang halo sa mga inihandang donut pan.
h) Maghurno ng 8-10 minuto, o hanggang sa medyo matigas ang mga donut.
i) Alisin mula sa oven at palamig nang lubusan bago magdagdag ng frosting.
j) Upang ihanda ang frosting, talunin ang cream cheese at butter hanggang makinis.
k) Magdagdag ng gatas, vanilla extract, at powdered sugar.
l) Talunin hanggang makinis at maabot ang iyong ninanais na pare-pareho at tamis.
m) Magdagdag ng higit pang gatas at/o powdered sugar, kung kinakailangan.
n) Kunin ang bawat donut at isawsaw ito sa kalahati sa frosting, pagkatapos ay budburan ng dinurog na Oreo cookies.

35. Oreo Chocolate Donut

MGA INGREDIENTS:
- 2 maliit na pakete ng Oreo biskwit na may tsokolate cream
- 1 malaking pakete ng Oreo biskwit na may puting cream
- 2-3 kutsarita ng gatas
- 100 gramo ng maitim na tsokolate
- 1 kutsarang mantikilya
- 1 kutsarang mainit na gatas para ihalo sa biskwit cream

PARA SA PAGGAMIT
- kung kinakailangan Maliit na bola ng asukal
- kung kinakailangan Chocolate Vermicelli
- ayon sa kinakailangang Star sugar ball

MGA TAGUBILIN:
a) Una sa lahat, paghiwalayin ang cream ng parehong lasa mula sa Oreo biskwit. Pagkatapos ay dalhin ang mga biskwit na ito sa isang mixer jar at durugin ang mga ito sa pulbos. Ngayon ilipat ito sa isa pang mangkok.

b) Ngayon magdagdag ng gatas ng paunti-unti sa biskwit powder na ito at gawin ang kuwarta nito. Ngayon gumawa ng mga bilog na bola mula sa kuwarta na ito at pindutin ang mga ito sa hugis ng donut at gumawa ng isang butas sa pagitan.

c) Ngayon magdagdag ng 1-1 kutsarita ng mainit na gatas sa biskwit na cream ng parehong lasa at ihalo nang mabuti at matunaw ang cream.

d) Ngayon matunaw ang maitim na tsokolate sa isang double boiler, magdagdag ng mantikilya at ihalo nang mabuti. Kaya, ang tanda ay darating sa tsokolate. Pagkatapos ay isawsaw ang lahat ng mga donut sa tinunaw na tsokolate na ito at balutin ang mga ito at ilagay sa plato. Ngayon ikalat ang dalawang donut na may puting cream ng mga biskwit, ngayon ay ikalat ang isa pang donut na may chocolate cream ng mga biskwit. Ngayon ay palamutihan ito ayon sa gusto at ihain.

e) Ngayon ang aming Instant Oreo Chocolate Donut ay handa nang ihain.

36. Chocolate Cannoli Donuts

MGA INGREDIENTS:
PARA SA DOUGH:
- 1-½ kutsarita ng Active Dry Yeast
- 1 kutsarita ng Asukal
- ¼ tasang Mainit na Tubig
- 2-½ tasang All-purpose Flour
- ½ kutsarita ng Asin
- ¼ tasang Asukal
- 2 kutsarang unsalted butter, natunaw
- 1 buong Malaking Itlog
- ¾ cups Milk, Warmed, Plus Extra For Brushing
- ¼ tasang Powdered Sugar, Para sa Pag-aalis ng alikabok

PARA SA PAGPUPUNO:
- 1 tasang Ricotta Cheese
- 2 Kutsarang Cocoa Powder
- 3 Kutsarang Asukal
- ½ kutsarita Vanilla Extract

MGA TAGUBILIN:
a) Sa isang maliit na tasa ng panukat, paghaluin ang lebadura, 1 kutsarita ng asukal at ¼ tasa ng maligamgam na tubig. Itabi ito hanggang sa bubbly, mga 5-8 minuto.

b) Sa isang malaking mangkok ng paghahalo, pagsamahin ang harina, asin at ¼ tasa ng asukal. Ibuhos ang yeast mixture, tinunaw na mantikilya, itlog at ang gatas, at haluin hanggang sa magsama-sama ang lahat at mabuo ang parang dough mixture. Aabutin ito ng mga 3-5 minuto. Ang kuwarta ay magiging malagkit, at mas katulad ng makapal na batter kaysa sa bread dough. Okay lang yan.

c) Takpan ang mangkok ng isang basang tuwalya sa kusina at hayaang tumaas ang kuwarta hanggang sa dumoble ang laki nito, mga 1-1 ½ oras. Linya ang isang baking sheet na may silicone mat o parchment paper; itabi.

d) Siguraduhin na ang iyong ibabaw ng trabaho ay mahusay na harina, pagkatapos ay i-scrape ang kuwarta mula sa mangkok at hayaan itong kumalat sa ibabaw. Maingat na tapikin ang kuwarta sa isang malaking parihaba na humigit-kumulang ¾" ang kapal. Maging maingat na huwag hawakan nang labis ang masa, kung hindi, ubusin mo ang kuwarta at gawing mas chewier, hindi gaanong malambot na mga Donut. Flour isang biscuit cutter at gupitin ang mga bilog mula sa kuwarta. Gumamit ng spatula upang matulungan kang ilipat ang mga bilog sa inihandang baking tray. Ipagkalat muli at gupitin ang kuwarta kung kinakailangan upang magamit mo ito. Takpan ng kitchen towel ang mga cut out at hayaan itong magpahinga nang hindi bababa sa 30 minuto, at hanggang 1 oras.

e)   Sa panahong ito, gawin ang pagpuno. Pagsamahin ang lahat ng mga filling ingredients sa isang medium na mangkok at haluin hanggang sa maayos na maisama. Ilagay sa refrigerator hanggang handa nang gamitin.

f)   Painitin muna ang oven sa 375 F. I-brush ang tuktok ng mga donut na may kaunting gatas at maghurno hanggang bahagyang kayumanggi, 12-15 minuto. Ilipat ang kawali sa isang wire rack at hayaang ganap na lumamig.

g)   Maghanda ng piping bag na nilagyan ng mahabang bilog na tip sa dekorasyon ng cake. Gumawa ng isang maliit na paghiwa sa bawat donut gamit ang isang paring knife, at huwag mag-atubiling gupitin ng kaunti palalim upang lumikha ng isang bulsa para sa pagpuno. Ilagay ang chocolate ricotta spread sa piping bag (o Ziploc bag na may isang sulok na pinutol) at i-pipe ito sa mga donut. Bahagyang dust na may ilang powder sugar bago ihain, at magsaya!

37. Glazed Fluffy Chocolate Donuts

MGA INGREDIENTS:
- 1 ¾ tasa ng harina
- 1 ½ kutsarita ng baking powder
- ½ kutsarita ng asin
- 1 kutsarita ng kanela
- 1 kutsarita ng kalabasa na pampalasa
- 2 kutsarang langis ng niyog o langis ng gulay
- ⅓ tasa ng vanilla Greek yogurt
- ½ tasa light brown sugar
- 1 itlog
- 2 kutsarita Baileys o vanilla
- ¾ tasa ng de-latang kalabasa
- ½ tasa ng vanilla almond milk

BAILEYS GLAZE
- 2 tasang may pulbos na asukal ng mga confectioner
- 3 tasa ng Baileys
- 1 kutsarang vanilla almond milk

MGA TAGUBILIN:
a) Painitin ang oven 350° F. I-spray ang iyong Donut pan ng non-stick spray at itabi.
b) Sa isang mangkok, haluin ang harina, baking powder, asin at pampalasa at itabi.
c) Sa isang malaking mangkok, haluin ang mantika, Greek yogurt, brown sugar, itlog, vanilla, pumpkin at almond milk hanggang sa pinagsama. Dahan-dahang idagdag ang mga tuyong sangkap sa pinaghalong at haluin hanggang sa pagsamahin lamang, mag-ingat na huwag mag-over mix o ang mga donut ay magiging matigas at chewy.
d) Gamit ang isang pastry bag o isang plastic baggie na pinutol ang sulok, i-pipe ang batter sa bawat Donut cup, mga $\frac{2}{3}$ puno, ngunit hindi umaapaw.
e) Maghurno ng 11 - 13 minuto, hanggang sa bumalik ang mga donut kapag pinindot nang dahan-dahan. Ilabas ang mga donut sa wire rack at hayaang lumamig nang buo.
f) Habang lumalamig ang mga donut, gawing glaze ang Baileys.
BAILEYS GLAZE
g) Pagsamahin ang lahat ng sangkap sa isang maliit na mangkok at haluin hanggang makinis.
h) Kapag ganap nang lumamig ang mga Donut, isawsaw ang tuktok ng bawat Donut sa glaze at ibalik sa wire rack.

38. Red Velvet Baked Donuts

MGA INGREDIENTS:
- 2 ¼ tasa ng harina
- 1 kutsarang baking powder
- ½ kutsarita ng asin
- ⅔ tasa ng asukal
- 1 itlog
- 2 kutsarang langis ng gulay
- 2 kutsarang cocoa powder
- 1 kutsarita ng vanilla
- ½ tasa ng gatas na mababa ang taba
- Red Soft Gel Paste
- Makinang

MGA TAGUBILIN:
a) Painitin ang oven sa 350 degrees.
b) I-spray ang isang donut pan na may cooking spray at itabi.
c) Sa isang medium na mangkok pagsamahin ang harina, baking powder, at asin.
d) Haluing mabuti at itabi.
e) Sa isang malaking mangkok ihalo ang asukal, itlog, at langis ng gulay.
f) Idagdag ang cocoa powder at vanilla at ihalo nang mabuti.
g) Dahan-dahang ihalo ang gatas hanggang sa maayos na pagsamahin.
h) Idagdag ang mga tuyong sangkap, humigit-kumulang kalahating tasa sa bawat pagkakataon, haluing mabuti pagkatapos ng bawat karagdagan.
i) Magdagdag ng ilang patak ng pulang pangkulay ng pagkain at ihalo hanggang ang batter ay ang nais na kulay.
j) Ilagay ang batter sa isang zip-top baggie at i-seal.
k) Putulin ang dulo at i-pipe sa donut pan, punuin ang bawat tasa ng donut ⅔ na puno.
l) Maghurno ng 12-15 minuto, siguraduhing hindi brown ang mga donut.
m) Isawsaw ang tuktok ng mga donut sa glaze at budburan ng mga puso o sprinkles.

39. Cacao at Moringa Donuts

MGA INGREDIENTS:
PARA SA MGA DONUTS:
- 1 kutsarita ng Moringa Powder
- 1 kutsarita Super-Cacao Powder
- ½ tasa ng harina ng bakwit
- ¾ tasa ng ground almond
- ¼ kutsarita ng baking soda
- Isang kurot ng pink na asin
- ¼ tasa ng asukal sa niyog
- 1 itlog, hinalo
- ½ malaking saging, minasa
- 1 kutsarang maple syrup
- splash ng unsweetened almond milk
- 1 kutsarang langis ng niyog para sa pagpapadulas

PARA SA ICING:
- 2 kutsarita ng Moringa Powder, para sa moringa icing
- 2 kutsarita Super-Cacao Powder, para sa cacao icing
- 4 na kutsarang coconut butter, bahagyang natunaw
- 2 kutsarang hilaw na pulot o maple syrup

PARA SA TOPPING:
- nibs ng kakaw
- tinadtad na mga hazelnut
- nakakain na mga talulot ng rosas

MGA TAGUBILIN:
a) Painitin muna ang oven sa 180C.
b) Upang gawin ang mga donut, idagdag ang buckwheat flour, ground almonds, baking soda, pink salt at coconut sugar sa isang malaking mangkok.
c) Sa isang hiwalay na mangkok, pagsamahin ang itlog, minasa na saging, maple syrup at almond milk at dahan-dahang itupi ang mga basang sangkap sa mga tuyong sangkap hanggang sa ganap na pagsamahin. Hatiin ang timpla sa dalawang mangkok at ihalo ang moringa powder sa isa at ang cacao powder sa isa.
d) Maingat na grasa ang isang donut pan na may langis ng niyog at ibuhos ang parehong mga pinaghalong donut sa mga hulma.
e) Maghurno sa oven sa loob ng 12-15 minuto at iwanan upang lumamig sa isang cooling rack bago magpakinang.

f) Upang gawin ang parehong cacao at moringa icing, pagsamahin ang bahagyang natunaw na coconut butter at honey. Hatiin ang timpla sa dalawang mangkok at ihalo ang moringa powder sa isa at ang cacao powder sa isa. Kung ninanais ang isang mas runny consistency, magdagdag ng isang splash ng kumukulong tubig o ilang higit pang tinunaw na coconut butter at ihalo nang mabuti.

g) Isawsaw ang mga donut sa icing hanggang sa malagyan ng buo ang mga ito at itaas ang mga tinadtad na hazelnuts, nakakain na mga talulot ng rosas o nibs ng kakaw.

FLORAL DONUTS

40. Butterfly Pea Glazed donuts

MGA INGREDIENTS:
DONUT:
- 1 minasa na saging
- 1 tasa ng unsweetened apple sauce
- 1 itlog o 1 kutsarang chia seeds na hinaluan ng tubig
- 50 g natunaw na langis ng niyog
- 4 na kutsarang pulot o agave nectar syrup
- 1 kutsarang banilya
- 1 kutsarita ng kanela
- 150 g harina ng bakwit
- 1 kutsarita ng baking powder

BUTTERFLY PEA GLAZE:
- ½ tasang kasoy, ibabad ng 4 na oras
- 1 tasang almond milk
- 40 butterfly pea na bulaklak ng tsaa
- 1 kutsarang agave nectar syrup
- 1 kutsarang vanilla essence

MGA TAGUBILIN:
PARA GAWIN ANG MGA DONUTS:
a) Paghaluin ang lahat ng mga tuyong sangkap.
b) Paghaluin ang lahat ng mga basang sangkap.
c) Idagdag ang basa sa tuyo at pagkatapos ay ilipat sa mga hulma ng donut.
d) Maghurno sa 160 degrees sa loob ng 15 minuto.

PARA GAWIN ANG GLAZE:
e) Haluin ang cashews sa isang food processor hanggang makinis.
f) Sa isang kasirola, init ang almond milk at idagdag ang tsaa. Pakuluan sa mahinang apoy sa loob ng 10 minuto.
g) Idagdag ang blue almond milk sa pinaghalo na kasoy, idagdag ang agave nectar at vanilla essence at timpla muli hanggang sa pinagsama.
h) Panatilihing palamigin hanggang sa maluto at lumamig ang iyong mga donut.
i) Palamutihan ang mga donut gamit ang glaze at dagdag na mga bulaklak!
j) Ang mga donut na ito ay vegan at gluten at refined sugar free – kaya talagang hindi na kailangang magpigil: sige at kainin silang lahat!

41. Lavender Honey Donuts

MGA INGREDIENTS:
- 1 ½ tasang all-purpose na harina
- ½ tasa ng butil na asukal
- 2 kutsarita ng baking powder
- ¼ kutsarita ng asin
- ¼ tasa ng langis ng gulay
- ½ tasang gatas
- 2 malalaking itlog
- 1 kutsarita ng pinatuyong bulaklak ng lavender
- 2 kutsarang honey

MGA TAGUBILIN:

a) Painitin muna ang iyong oven sa 350°F (180°C) at lagyan ng mantika ang isang donut pan na may cooking spray.

b) Sa isang malaking mangkok, haluin ang harina, asukal, baking powder, at asin.

c) Sa isa pang mangkok, haluin ang mantika, gatas, itlog, lavender, at pulot.

d) Ibuhos ang mga basang sangkap sa mga tuyong sangkap at ihalo hanggang sa pagsamahin lamang.

e) Ilagay ang batter sa inihandang kawali ng donut, punan ang bawat amag na halos ¾ ng paraan na puno.

f) Maghurno ng 12-15 minuto o hanggang sa malinis na lumabas ang isang toothpick na ipinasok sa gitna ng isang donut.

g) Hayaang lumamig ang mga donut sa kawali sa loob ng ilang minuto bago ilipat ang mga ito sa wire rack upang ganap na lumamig.

42. Rosewater Donuts

MGA INGREDIENTS:
- 1 ½ tasang all-purpose na harina
- ½ tasa ng butil na asukal
- 2 kutsarita ng baking powder
- ¼ kutsarita ng asin
- ¼ tasa ng langis ng gulay
- ½ tasang gatas
- 2 malalaking itlog
- 1 kutsarita ng rosewater
- 1 patak na kulay rosas na pangkulay ng pagkain (opsyonal)

MGA TAGUBILIN:
a) Painitin muna ang iyong oven sa 350°F (180°C) at lagyan ng mantika ang isang donut pan na may cooking spray.

b) Sa isang malaking mangkok, haluin ang harina, asukal, baking powder, at asin.

c) Sa isa pang mangkok, haluin ang mantika, gatas, itlog, rosewater, at pangkulay ng pagkain (kung ginagamit).

d) Ibuhos ang mga basang sangkap sa mga tuyong sangkap at ihalo hanggang sa pagsamahin lamang.

e) Ilagay ang batter sa inihandang kawali ng donut, punan ang bawat amag na halos ¾ ng paraan na puno.

f) Maghurno ng 12-15 minuto o hanggang sa malinis na lumabas ang isang toothpick na ipinasok sa gitna ng isang donut.

g) Hayaang lumamig ang mga donut sa kawali sa loob ng ilang minuto bago ilipat ang mga ito sa wire rack upang ganap na lumamig.

43. Elderflower Donuts

MGA INGREDIENTS:
- 1 ½ tasang all-purpose na harina
- ½ tasa ng butil na asukal
- 2 kutsarita ng baking powder
- ¼ kutsarita ng asin
- ¼ tasa ng langis ng gulay
- ½ tasang gatas
- 2 malalaking itlog
- 1 kutsarita ng elderflower extract
- 1 kutsarang pinatuyong elderflower (opsyonal)

MGA TAGUBILIN:
a) Painitin muna ang iyong oven sa 350°F (180°C) at lagyan ng mantika ang isang donut pan na may cooking spray.

b) Sa isang malaking mangkok, haluin ang harina, asukal, baking powder, at asin.

c) Sa isa pang mangkok, haluin ang mantika, gatas, itlog, elderflower extract, at pinatuyong elderflower (kung ginagamit).

d) Ibuhos ang mga basang sangkap sa mga tuyong sangkap at ihalo hanggang sa pagsamahin lamang.

e) Ilagay ang batter sa inihandang kawali ng donut, punan ang bawat amag na halos ¾ ng paraan na puno.

f) Maghurno ng 12-15 minuto o hanggang sa malinis na lumabas ang isang toothpick na ipinasok sa gitna ng isang donut.

g) Hayaang lumamig ang mga donut sa kawali sa loob ng ilang minuto bago ilipat ang mga ito sa wire rack upang ganap na lumamig.

44. Chamomile Lemon Donuts

MGA INGREDIENTS:
- 1 ½ tasang all-purpose na harina
- ½ tasa ng butil na asukal
- 2 kutsarita ng baking powder
- ¼ kutsarita ng asin
- ¼ tasa ng langis ng gulay
- ½ tasang gatas
- 2 malalaking itlog
- 1 kutsarita ng pinatuyong bulaklak ng chamomile
- Sarap ng 1 lemon
- Juice ng ½ lemon

MGA TAGUBILIN:
a) Painitin muna ang iyong oven sa 350°F (180°C) at lagyan ng mantika ang isang donut pan na may cooking spray.
b) Sa isang malaking mangkok, haluin ang harina, asukal, baking powder, at asin.
c) Sa isa pang mangkok, haluin ang mantika, gatas, itlog, chamomile, lemon zest, at lemon juice.
d) Ibuhos ang mga basang sangkap sa mga tuyong sangkap at ihalo hanggang sa pagsamahin lamang.
e) Ilagay ang batter sa inihandang kawali ng donut, punan ang bawat amag na halos ¾ ng paraan na puno.
f) Maghurno ng 12-15 minuto o hanggang sa malinis na lumabas ang isang toothpick na ipinasok sa gitna ng isang donut.
g) Hayaang lumamig ang mga donut sa kawali sa loob ng ilang minuto bago ilipat ang mga ito sa wire rack upang ganap na lumamig.

45. Orange Blossom Donuts

MGA INGREDIENTS:
- 2 tasang all-purpose na harina
- 1/2 tasa ng butil na asukal
- 2 kutsarita ng baking powder
- 1/2 kutsarita ng asin
- Sarap ng 1 orange
- 1/2 tasa unsalted butter, natunaw
- 1 tasang gatas
- 2 malalaking itlog
- 1 kutsarita vanilla extract
- 1 kutsarita ng orange blossom water

PARA SA GLAZE:
- 1 tasang may pulbos na asukal
- 2-3 kutsarang orange juice
- Nakakain na orange blossoms para sa dekorasyon

MGA TAGUBILIN:

a) Painitin muna ang iyong oven sa 350°F (175°C) at lagyan ng mantika ang isang donut pan.

b) Sa isang mixing bowl, haluin ang harina, asukal, baking powder, asin, at orange zest.

c) Sa isang hiwalay na mangkok, haluin ang tinunaw na mantikilya, gatas, itlog, vanilla extract, at orange blossom water.

d) Idagdag ang mga basang sangkap sa mga tuyong sangkap at haluin hanggang sa pagsamahin lamang.

e) Ilagay ang batter sa inihandang donut pan, punan ang bawat lukab ng halos 2/3 puno.

f) Maghurno ng 12-15 minuto o hanggang sa malinis ang toothpick na ipinasok sa mga donut.

g) Hayaang lumamig ang mga donut sa kawali sa loob ng ilang minuto, pagkatapos ay ilipat ang mga ito sa isang wire rack.

h) Sa isang maliit na mangkok, haluin ang powdered sugar at orange juice para maging glaze. Magdagdag ng higit pang orange juice kung kinakailangan upang makamit ang isang maibuhos na pagkakapare-pareho.

i) Isawsaw ang bawat donut sa glaze, hayaang tumulo ang labis. Palamutihan ng nakakain na orange blossoms.

46. Violet Vanilla Donuts

MGA INGREDIENTS:
- 2 tasang all-purpose na harina
- 1/2 tasa ng butil na asukal
- 2 kutsarita ng baking powder
- 1/2 kutsarita ng asin
- 1 kutsarang pinatuyong violet petals, pinong giling
- 1/2 tasa unsalted butter, natunaw
- 1 tasang gatas
- 2 malalaking itlog
- 1 kutsarita vanilla extract
- 1/2 kutsarita ng violet extract (opsyonal)

PARA SA GLAZE:
- 1 tasang may pulbos na asukal
- 2-3 kutsarang gatas
- 1/2 kutsarita vanilla extract
- Lilang pangkulay ng pagkain (opsyonal)
- Pinatuyong violet petals para sa dekorasyon

MGA TAGUBILIN:

a) Painitin muna ang iyong oven sa 350°F (175°C) at lagyan ng mantika ang isang donut pan.

b) Sa isang mixing bowl, haluin ang harina, asukal, baking powder, asin, at ground violet petals.

c) Sa isang hiwalay na mangkok, haluin ang tinunaw na mantikilya, gatas, itlog, vanilla extract, at violet extract (kung ginagamit).

d) Idagdag ang mga basang sangkap sa mga tuyong sangkap at haluin hanggang sa pagsamahin lamang.

e) Ilagay ang batter sa inihandang donut pan, punan ang bawat lukab ng halos 2/3 puno.

f) Maghurno ng 12-15 minuto o hanggang sa malinis ang toothpick na ipinasok sa mga donut.

g) Hayaang lumamig ang mga donut sa kawali sa loob ng ilang minuto, pagkatapos ay ilipat ang mga ito sa isang wire rack.

h) Sa isang maliit na mangkok, haluin ang powdered sugar, gatas, vanilla extract, at purple food coloring (kung ginagamit) para gawing glaze. Magdagdag ng higit pang gatas kung kinakailangan upang makamit ang isang nabubuong pare-pareho.

i) Isawsaw ang bawat donut sa glaze, hayaang tumulo ang labis. Budburan ang mga tuyong petals ng violet sa itaas bilang palamuti.

47. Elderflower Glazed Donuts

MGA INGREDIENTS:
- 2 tasang all-purpose na harina
- 1/2 tasa ng butil na asukal
- 2 kutsarita ng baking powder
- 1/2 kutsarita ng asin
- Sarap ng 1 lemon
- 1/2 tasa unsalted butter, natunaw
- 1 tasang gatas
- 2 malalaking itlog
- 1 kutsarita vanilla extract
- 2 kutsarang elderflower cordial

PARA SA GLAZE:
- 1 tasang may pulbos na asukal
- 2-3 kutsarang gatas
- 1 kutsarang elderflower cordial
- Nakakain na mga bulaklak para sa dekorasyon

MGA TAGUBILIN:

a) Painitin muna ang iyong oven sa 350°F (175°C) at lagyan ng mantika ang isang donut pan.

b) Sa isang mixing bowl, haluin ang harina, asukal, baking powder, asin, at lemon zest.

c) Sa isang hiwalay na mangkok, haluin ang tinunaw na mantikilya, gatas, itlog, vanilla extract, at elderflower cordial.

d) Idagdag ang mga basang sangkap sa mga tuyong sangkap at haluin hanggang sa pagsamahin lamang.

e) Ilagay ang batter sa inihandang donut pan, punan ang bawat lukab ng halos 2/3 puno.

f) Maghurno ng 12-15 minuto o hanggang sa malinis ang toothpick na ipinasok sa mga donut.

g) Hayaang lumamig ang mga donut sa kawali sa loob ng ilang minuto, pagkatapos ay ilipat ang mga ito sa isang wire rack.

h) Sa isang maliit na mangkok, haluin ang powdered sugar, gatas, at elderflower cordial upang gawing glaze. Magdagdag ng higit pang gatas kung kinakailangan upang makamit ang isang nabubuong pare-pareho.

i) Isawsaw ang bawat donut sa glaze, hayaang tumulo ang labis. Palamutihan ng nakakain na mga bulaklak.

48. Chamomile Honey Donuts

MGA INGREDIENTS:
- 2 tasang all-purpose na harina
- 1/2 tasa ng butil na asukal
- 2 kutsarita ng baking powder
- 1/2 kutsarita ng asin
- 2 kutsarang pinatuyong bulaklak ng mansanilya, pinong giling
- 1/2 tasa unsalted butter, natunaw
- 1 tasang gatas
- 2 malalaking itlog
- 1 kutsarita vanilla extract
- 1/4 tasa ng pulot

PARA SA GLAZE:
- 1 tasang may pulbos na asukal
- 2-3 kutsarang gatas
- 1 kutsarang pulot
- Mga pinatuyong bulaklak ng chamomile para sa dekorasyon

MGA TAGUBILIN:
a) Painitin muna ang iyong oven sa 350°F (175°C) at lagyan ng mantika ang isang donut pan.
b) Sa isang mangkok ng paghahalo, haluin ang harina, asukal, baking powder, asin, at giniling na mga bulaklak ng chamomile.
c) Sa isang hiwalay na mangkok, haluin ang tinunaw na mantikilya, gatas, itlog, vanilla extract, at honey.
d) Idagdag ang mga basang sangkap sa mga tuyong sangkap at haluin hanggang sa pagsamahin lamang.
e) Ilagay ang batter sa inihandang donut pan, punan ang bawat lukab ng halos 2/3 puno.
f) Maghurno ng 12-15 minuto o hanggang sa malinis ang toothpick na ipinasok sa mga donut.
g) Hayaang lumamig ang mga donut sa kawali sa loob ng ilang minuto, pagkatapos ay ilipat ang mga ito sa isang wire rack.
h) Sa isang maliit na mangkok, haluin ang powdered sugar, gatas, at pulot para gawing glaze. Magdagdag ng higit pang gatas kung kinakailangan upang makamit ang isang nabubuong pare-pareho.
i) Isawsaw ang bawat donut sa glaze, hayaang tumulo ang labis. Budburan ang mga pinatuyong bulaklak ng chamomile sa ibabaw bilang palamuti.

FRUIT DONUTS

49. Cherry at chocolate donuts

tuyong sangkap
- ¾ tasa ng Almond Flour
- ¼ tasa ng Golden Flaxseed Meal
- 1 kutsarita ng Baking Powder
- Kakarampot na asin
- 10g bar ng Dark Chocolate, hiniwa sa mga tipak

basang sangkap
- 2 malalaking Itlog
- 1 kutsarita Vanilla Extract
- 2 ½ Kutsarang Langis ng niyog
- 3 Kutsarang Gatas ng niyog

MGA TAGUBILIN:

a) Sa isang malaking mixing bowl, pagsamahin ang mga tuyong sangkap (maliban sa dark chocolate).

b) Paghaluin ang mga basang sangkap at pagkatapos ay itupi sa maitim na Chocolate chunks.

c) Isaksak ang iyong Donut maker at langis ito kung kinakailangan.

d) Ibuhos ang batter sa tagagawa ng donut, isara at lutuin ng mga 4-5 minuto.

e) Bawasan ang init sa mababang at lutuin para sa isa pang 2-3 minuto.

f) Ulitin para sa natitirang bahagi ng batter at pagkatapos ay ihain.

50. Pineapple Baileys Donuts

MGA INGREDIENTS:
- 1-½ tasang all-purpose na harina
- ¼ tasa ng asukal
- 1 kutsarita ng baking powder
- ½ kutsarita ng asin
- ¼ kutsarita ng baking soda
- ⅓ tasa ng malamig na mantikilya
- 1 malaking itlog, temperatura ng kuwarto
- ¾ tasa ng kulay-gatas
- 3 kutsarang Baileys liqueur

TOPPING:
- 1-½ tasang sariwang pinya, gupitin sa ½ pulgadang piraso
- 3 tablespoons asukal, hinati
- 1 hanggang 2 kutsarang Baileys liqueur
- 1 kutsaritang gadgad na lime zest
- ½ tasang mabigat na whipping cream
- 1 katamtamang dayap, hiniwa ng manipis, opsyonal

MGA TAGUBILIN:

a) Painitin ang oven 350° F. I-spray ang iyong Donut pan ng non-stick spray at itabi.

b) Sa isang mangkok, haluin ang harina, baking powder, asin at pampalasa at itabi.

c) Sa isang malaking mangkok, haluin ang mantika, Greek yogurt, brown sugar, itlog, vanilla, pumpkin at almond milk hanggang sa pinagsama.

d) Dahan-dahang idagdag ang mga tuyong sangkap sa pinaghalong at haluin hanggang sa pagsamahin lamang, mag-ingat na huwag mag-over mix o ang mga donut ay magiging matigas at chewy.

e) Gamit ang isang pastry bag o isang plastic baggie na pinutol ang sulok, i-pipe ang batter sa bawat Donut cup, mga ⅔ puno, ngunit hindi umaapaw.

f) Maghurno ng 11 - 13 minuto, hanggang sa bumalik ang mga donut kapag pinindot nang dahan-dahan.

g) Ilabas ang mga donut sa wire rack at hayaang lumamig nang buo.

h) Habang lumalamig ang mga donut, gawing glaze ang Baileys.

BAILEYS GLAZE

i) Pagsamahin ang lahat ng sangkap sa isang maliit na mangkok at haluin hanggang makinis.

j) Kapag ganap nang lumamig ang mga Donut, isawsaw ang tuktok ng bawat Donut sa glaze at ibalik sa wire rack.

51. Yuzu-Curd Donuts

MGA INGREDIENTS:
DONUTS:
- ½ tasang gatas
- ¼ tasa ng maligamgam na tubig
- 2 ½ kutsarita ng aktibong dry yeast
- 3 ½ tasa + 2 Tbs Semolina harina
- 1 ½ tasa ng asukal
- 1 ½ kutsarita ng asin
- 3 itlog
- 8 kutsarang mantikilya, pinalambot
- Pagprito ng mantika

YUZU CURD:
- 6 na pula ng itlog
- 1 tasang asukal
- ½ tasa ng yuzu juice
- 1 stick mantikilya, gupitin sa mga piraso

YUZU SUGAR:
- ½ tasang asukal
- grated zest ng 4 yuzu o 2 limes o lemons

MGA TAGUBILIN:
DONUTS:
a) Sa mangkok ng isang panghalo pagsamahin ang lebadura, gatas at maligamgam na tubig at hayaan itong umupo ng ilang minuto.

b) Idagdag ang harina, asukal, asin, at ang mga itlog at ihalo sa medium-low speed gamit ang dough hook hanggang sa magsama-sama ang kuwarta, mga 5 minuto.

c) Idagdag ang mantikilya, isang kutsara sa oras na iyon, at patuloy na paghaluin ng 5 minuto pa hanggang sa makinis at makintab ang masa. I-wrap ang kuwarta at palamigin magdamag.

d) Pagulungin ang kuwarta sa kapal na humigit-kumulang ½ pulgada. Gumamit ng 3-pulgadang pabilog na cookie cutter para maghiwa ng 12 hanggang 14 na bilog. Ayusin ang mga ito sa isang baking sheet na may harina, takpan ng plastic wrap, at hayaan silang matibay sa isang mainit na lugar sa loob ng 2 ½ - 3 oras.

e) Init ang mantika sa 350'F. Iprito ang mga Donut sa mainit na mantika mga 2 hanggang 3 minuto sa bawat panig. Ilipat ang Donuts sa isang baking tray na nilagyan ng mga paper towel. Maghintay ng 2 o 3 minuto para gumulong sa yuzu sugar. Malamig.

f) Maghukay ng butas gamit ang chopstick sa gilid ng bawat Donut at mag-pipe ng yuzu curd sa loob. Mas mahusay na kumain sa parehong araw.

YUZU CURD:

a) Magdagdag ng humigit-kumulang 1 tasa ng tubig sa isang katamtamang kasirola. Dalhin sa kumulo. Haluin ang mga pula ng itlog at asukal sa isang medium size na mangkok na metal, mga 1 minuto. Magdagdag ng juice sa pinaghalong itlog at haluin hanggang makinis.

b) Ilagay ang mangkok sa ibabaw ng kasirola. Haluin hanggang lumapot, humigit-kumulang 8 minuto, o hanggang sa mapusyaw na dilaw ang timpla at matakpan ang likod ng kutsara.

c) Alisin mula sa init at pukawin ang mantikilya nang kaunti sa isang pagkakataon. Alisin mula sa init at takpan sa pamamagitan ng paglalagay ng isang layer ng plastic wrap nang direkta sa ibabaw ng curd. Palamigin.

YUZU SUGAR:

d) Kuskusin ang asukal gamit ang citrus zest gamit ang dulo ng iyong mga daliri hanggang sa mabango.

52. Lemon Donuts na may Pistachios

MGA INGREDIENTS:
PARA SA MGA DONUTS:
- Nonstick cooking spray
- ½ tasa ng butil na asukal
- Grated zest at juice ng 1 lemon
- 1 ½ tasang all-purpose na harina
- ¾ kutsarita ng baking powder
- ¼ kutsarita ng baking soda
- ¼ kutsarita ng asin
- ⅓ tasa ng buttermilk
- ⅓ tasa ng buong gatas
- 6 Tbs. unsalted butter, sa temperatura ng kuwarto
- 1 itlog
- 2 kutsarita ng vanilla extract

PARA SA GLAZE
- ½ tasa ng plain Greek yogurt o iba pang whole milk yogurt
- Grated zest ng 1 lemon
- ¼ kutsarita ng asin
- 1 tasa ng asukal sa mga confectioner
- ½ tasang toasted pistachios, tinadtad

MGA TAGUBILIN:
a) Para gawin ang Donuts, painitin muna ang oven sa 375°F.
b) Pahiran ng nonstick cooking spray ang mga balon ng isang Donut pan.
c) Sa isang maliit na mangkok, pagsamahin ang granulated sugar at lemon zest. Gamit ang iyong mga daliri, kuskusin ang zest sa asukal. Sa isa pang mangkok, haluin ang harina, baking powder, baking soda at asin. Sa isang measuring cup, haluin ang buttermilk, whole milk at lemon juice.
d) Sa mangkok ng isang stand mixer na nilagyan ng paddle attachment, talunin ang pinaghalong asukal at mantikilya sa katamtamang bilis hanggang sa magaan at malambot, mga 2 minuto. Kuskusin ang mga gilid ng mangkok. Idagdag ang itlog at banilya at talunin sa katamtamang bilis hanggang sa pinagsama, mga 1 minuto.
e) Sa mababang bilis, idagdag ang pinaghalong harina sa 3 mga karagdagan, na kahalili ng pinaghalong gatas at nagsisimula at nagtatapos sa harina. Talunin ang bawat karagdagan hanggang sa pinaghalo lamang.

f) Ibuhos ang 2 Tbs. batter sa bawat inihandang mabuti. Maghurno, paikutin ang kawali nang 180 degrees sa kalagitnaan ng pagluluto, hanggang sa lumabas na malinis ang isang toothpick na ipinasok sa Donuts, mga 10 minuto. Hayaang lumamig sa kawali sa isang cooling rack sa loob ng 5 minuto, pagkatapos ay baligtarin ang mga Donut sa rack at hayaang lumamig nang buo. Samantala, hugasan at patuyuin ang kawali at ulitin upang i-bake ang natitirang batter.
g) Upang gawin ang glaze, sa isang mangkok, haluin ang yogurt, lemon zest at asin.
h) Idagdag ang asukal ng mga confectioner at haluin hanggang sa makinis at mahusay na pinaghalo.
i) Isawsaw ang Donuts, itaas na bahagi pababa, sa glaze, iwiwisik ang mga pistachio, at ihain.

53. Passionfruit Curd Donuts

MGA INGREDIENTS:
PARA SA PASSIONFRUIT CURD
- ½ tasa ng butil na asukal
- 3 malalaking pula ng itlog
- ¼ tasa ng passionfruit puree
- 2 kutsarang sariwang kinatas na lemon juice
- ½ tasang malamig na unsalted butter, gupitin sa 1-pulgadang cube

PARA SA MGA DONUTS
- ¾ tasa (6 na fluid ounces) buong gatas
- 2 malalaking itlog
- 2 malaking pula ng itlog
- 3 ½ tasang all-purpose na harina
- 1 ¼ tasa ng butil na asukal, hinati
- 2 ¼ kutsarita ng instant yeast
- 1 kutsarita kosher salt
- 6 tablespoons unsalted butter, cubed
- langis ng gulay, para sa Pagprito

MGA TAGUBILIN:
PARA SA PASSIONFRUIT CURD

a) Sa isang medium heavy-bottomed pot, haluin ang ½ tasa ng granulated sugar at 3 malalaking pula ng itlog hanggang sa maayos na pagsamahin at magkaroon ka ng homogenous na maputlang dilaw na timpla. Ihalo ang ¼ cup passionfruit at 2 kutsarang sariwang lemon juice hanggang sa matunaw ang timpla at ilagay ang kaldero sa katamtamang init. Lutuin, patuloy na hinahalo gamit ang isang kahoy na kutsara (at siguraduhing gumamit ng hindi tinatablan ng init na rubber spatula para i-scrape ang mga gilid ng kawali), hanggang sa ang timpla ay sapat na makapal upang matakpan ang likod ng isang kutsara, 8 hanggang 10 minuto, at magrehistro ng 160 (F) sa isang instant-read thermometer.

b) Kapag ang timpla ay nagrerehistro ng 160 (F), alisin mula sa init at haluin sa ½ tasa cubed unsalted butter, dalawang cube sa isang pagkakataon, nagdaragdag lamang ng higit pa kapag ang nakaraang mga cube ay ganap na pinagsama. Kapag naidagdag na ang lahat ng mantikilya, gumamit ng fine-mesh sieve upang salain ang curd sa isang maliit na mangkok na salamin. Takpan ng plastic wrap, direktang idiin ang plastic sa ibabaw ng curd upang maiwasan ang pagbuo ng balat. Palamigin hanggang sa lumamig at itakda, hindi bababa sa 2 hanggang 3 oras (ngunit mas mabuti sa magdamag). Ang curd ay nananatili sa isang selyadong garapon na salamin sa refrigerator sa loob ng hanggang 2 linggo.

Para sa Donuts

c) Upang ihanda ang kuwarta, magdala ng ¾ tasa ng buong gatas hanggang sa kumulo sa katamtamang init sa isang maliit na kaldero. Panoorin nang mabuti upang matiyak na ang gatas ay hindi kumulo. Ibuhos ang gatas sa isang tasa ng pagsukat ng likido at hayaan itong lumamig sa pagitan ng 105 (F) at 110 (F). Kapag lumamig na ang gatas, magdagdag ng 2 malalaking itlog at 2 malalaking pula ng itlog sa gatas at malumanay na haluin upang pagsamahin.

d) Sa mangkok ng isang freestanding mixer na nilagyan ng paddle attachment, pagsamahin ang 3 ½ tasang all-purpose na harina, ¼ tasa ng granulated sugar, 2 ¼ kutsarita ng instant yeast, at isang kutsaritang kosher salt. Idagdag ang pinaghalong gatas at ihalo lamang hanggang sa pinagsama.

e) Lumipat sa dough hook at masahin ang kuwarta sa mababang bilis, mga 3 minuto. Ang masa ay magmumukhang malagkit, ngunit ayos lang. Magdagdag ng 6 na kutsarang unsalted butter, isang kubo o dalawa sa isang pagkakataon. Kung ang mantikilya ay hindi kasama, alisin ang mangkok mula sa panghalo at masahin ang mantikilya gamit ang iyong mga kamay sa loob ng isang minuto upang makapagsimula. Ituloy mo lang ang pagdagdag at pagmamasa hanggang sa maayos itong pinagsama.

f) Kapag ang mantikilya ay inkorporada, dagdagan ang bilis ng panghalo sa katamtaman at masahin ang kuwarta para sa isa pang ilang minuto hanggang ang kuwarta ay makinis at nababanat. Ilipat ang kuwarta sa katamtamang mangkok na bahagyang pinahiran, takpan ng plastic wrap, at palamigin nang hindi bababa sa tatlong oras, ngunit mas mabuti sa magdamag.

g) Kapag lumamig na ang kuwarta, lagyan ng parchment paper ang dalawang baking sheet. I-spray nang husto ang parchment paper gamit ang cooking spray.

h) Ilagay ang malamig na masa sa isang bahagyang pinaglagyan ng harina na ibabaw ng trabaho at igulong ito sa isang magaspang na siyam sa 13-pulgada na parihaba na humigit-kumulang ½-pulgada ang kapal. Gumamit ng 3 ½-inch cookie cutter upang gupitin ang 12 dough round at itakda ang mga ito sa inihandang mga sheet. Pagwiwisik ng bahagyang pag-aalis ng alikabok ng harina sa ibabaw ng bawat bilog na kuwarta at bahagyang takpan ang mga ito ng plastic wrap. Ilagay sa isang mainit na lugar upang patunayan hanggang sa ang masa ay pumutok at bumabalik nang dahan-dahan kapag pinindot nang marahan, mga isang oras.

i) Kapag handa ka nang iprito ang mga donut, lagyan ng mga tuwalya ng papel ang wire rack. Maglagay ng 1 tasang granulated sugar sa isang medium bowl. Magdagdag ng langis ng gulay sa isang daluyan, mabigat na ilalim na palayok hanggang sa magkaroon ka ng halos dalawang pulgada ng mantika. Maglakip ng thermometer ng kendi sa gilid ng palayok at painitin ang mantika sa 375 (F). Maingat na magdagdag ng 1 hanggang 2 donut sa mantika at iprito ang mga ito hanggang sa ginintuang kayumanggi, mga 1 hanggang 2 minuto bawat panig. Gumamit ng slotted na kutsara upang isdain ang mga donut mula sa mantika at ilipat ang mga ito sa inihandang wire rack. Pagkatapos ng humigit-kumulang 1 o 2 minuto, kapag ang Donut ay sapat na upang mahawakan, ihagis ang mga ito sa mangkok ng butil na asukal hanggang sa mabalot. Ulitin sa natitirang kuwarta.

PARA PUNO

j) Upang punuin ang mga donut, gamitin ang Bismarck pastry tip (o ang hawakan ng isang kahoy na kutsara) upang butasin ang isang gilid ng bawat isa, siguraduhing hindi dumaan sa kabilang panig.

k) Punan ang pastry bag ng maliit na bilog na tip (o Bismarck Donut tip, kung gusto mo) ng passionfruit curd. Ipasok ang dulo ng pastry bag sa butas at dahan-dahang pisilin upang mapuno ang bawat Donut.

l) Ihain ang anumang labis na curd sa gilid bilang isang dipping sauce (ito rin ay mahusay na gumagana sa mga waffles!). Ang mga donut ay ang pinakamahusay sa araw na sila ay ginawa.

54. Blueberry Cake Donuts

MGA INGREDIENTS:
- 1 tasang all-purpose na harina
- ½ tasa ng butil na asukal
- 1 ½ kutsarita ng baking powder
- ½ kutsarita ng asin
- ½ kutsarita ng giniling na kanela
- ¼ kutsarita ng ground nutmeg
- ⅓ tasa ng buttermilk
- ¼ tasa ng langis ng gulay
- 1 malaking itlog
- ½ kutsarita vanilla extract
- ½ tasa sariwang blueberries

MGA TAGUBILIN:
a) Painitin ang oven sa 350°F (175°C). Grasa ang isang donut pan na may non-stick cooking spray at itabi.

b) Sa isang malaking mangkok ng paghahalo, haluin ang harina, asukal, baking powder, asin, kanela, at nutmeg hanggang sa mahusay na pinagsama.

c) Sa isang hiwalay na mangkok ng paghahalo, haluin ang buttermilk, langis ng gulay, itlog, at vanilla extract hanggang sa maayos na pinagsama.

d) Ibuhos ang mga basang sangkap sa mga tuyong sangkap at ihalo hanggang sa pagsamahin lamang.

e) Dahan-dahang tiklupin ang mga blueberries hanggang sa pantay na ibinahagi sa buong batter.

f) Ilipat ang batter sa isang piping bag at i-pipe sa inihandang donut pan, pinupuno ang bawat lukab ng halos ⅔ puno.

g) Maghurno ng 12-15 minuto o hanggang sa malinis na lumabas ang isang toothpick na ipinasok sa gitna ng isang donut.

h) Alisin ang kawali mula sa oven at hayaang lumamig ang mga donut sa kawali sa loob ng 5 minuto bago ilipat ang mga ito sa wire rack upang ganap na lumamig.

i) Opsyonal: Maaari mo ring isawsaw ang mga pinalamig na donut sa isang simpleng glaze na gawa sa powdered sugar at gatas para sa karagdagang tamis.

j) Ihain at tamasahin ang iyong masarap na blueberry cake donuts!

SEED DONUTS

55. Lemon Poppy Seed Donuts

MGA INGREDIENTS:
- 1 tasang all-purpose na harina
- ⅓ tasa ng butil na asukal
- 1 kutsarang buto ng poppy
- 1 kutsarita ng baking powder
- ¼ kutsarita ng baking soda
- ¼ kutsarita ng asin
- ½ tasang buttermilk
- 1 malaking itlog
- 2 kutsarang unsalted butter, natunaw at pinalamig
- 1 kutsarang sariwang lemon juice
- 1 kutsarita ng lemon zest
- ½ kutsarita vanilla extract

Para sa glaze:
- ½ tasang may pulbos na asukal
- 1 kutsarang sariwang lemon juice
- 1 kutsarita ng lemon zest

MGA TAGUBILIN:
a) Painitin muna ang iyong oven sa 350°F (180°C). Grasa ang isang donut pan na may cooking spray at itabi.

b) Sa isang malaking mangkok, haluin ang harina, asukal, poppy seed, baking powder, baking soda, at asin.

c) Sa isang hiwalay na mangkok, haluin ang buttermilk, itlog, tinunaw na mantikilya, lemon juice, lemon zest, at vanilla extract hanggang makinis.

d) Ibuhos ang mga basang sangkap sa mga tuyong sangkap at haluin hanggang sa pagsamahin lamang.

e) Ilagay ang batter sa inihandang donut pan, punan ang bawat amag na halos ⅔ puno.

f) Maghurno ng 12-14 minuto, o hanggang sa malinis na lumabas ang isang toothpick na ipinasok sa gitna ng isang donut.

g) Hayaang lumamig ang mga donut sa kawali sa loob ng ilang minuto bago ilipat ang mga ito sa wire rack upang ganap na lumamig.

h) Upang gawin ang glaze, haluin ang powdered sugar, lemon juice, at lemon zest sa isang maliit na mangkok hanggang makinis.

i) Isawsaw ang tuktok ng bawat pinalamig na donut sa glaze, pagkatapos ay ibalik ang mga ito sa wire rack upang itakda.

56. Whole Wheat Pumpkin Seed Donuts

MGA INGREDIENTS:
- 1 tasang buong harina ng trigo
- ¼ tasa ng all-purpose na harina
- ¼ tasa ng buto ng kalabasa, giniling nang pino
- ½ tasang brown sugar
- 1 kutsarita ng baking powder
- ½ kutsarita ng baking soda
- ½ kutsarita ng asin
- ½ kutsarita ng giniling na kanela
- ¼ kutsarita ng giniling na luya
- ¼ kutsarita ng ground nutmeg
- ½ tasang buttermilk
- ½ tasang pumpkin puree
- 2 kutsarang langis ng gulay
- 1 malaking itlog
- 1 kutsarita vanilla extract

Para sa glaze:
- ½ tasang may pulbos na asukal
- 1 kutsarang gatas
- ¼ kutsarita vanilla extract
- 1 kutsarang buto ng kalabasa, inihaw at tinadtad

MGA TAGUBILIN:

a) Painitin muna ang oven sa 375°F. Magpahid ng donut pan at itabi.
b) Sa isang malaking mangkok, haluin ang mga harina, buto ng kalabasa, brown sugar, baking powder, baking soda, asin, kanela, luya, at nutmeg.
c) Sa isa pang mangkok, haluin ang buttermilk, pumpkin puree, vegetable oil, egg, at vanilla extract.
d) Ibuhos ang mga basang sangkap sa mga tuyong sangkap at haluin hanggang sa pagsamahin lamang.
e) Ilagay ang batter sa inihandang donut pan, punan ang bawat amag na halos ¾ na puno.
f) Maghurno ng 10-12 minuto, o hanggang sa maging golden brown ang mga donut at malinis ang toothpick na ipinasok sa gitna.
g) Hayaang lumamig ang mga donut sa kawali sa loob ng 5 minuto, pagkatapos ay ilipat ang mga ito sa isang wire rack upang ganap na lumamig.
h) Upang gawin ang glaze, haluin ang powdered sugar, gatas, at vanilla extract hanggang makinis.
i) Isawsaw ang mga tuktok ng pinalamig na donut sa glaze, pagkatapos ay budburan ng tinadtad na toasted pumpkin seeds.
j) Hayaang itakda ang glaze ng ilang minuto, pagkatapos ay ihain at magsaya!

57. Mga Chia Seed Donuts

MGA INGREDIENTS:
- 1 tasang all-purpose na harina
- ½ tasang asukal
- 1 kutsarita ng baking powder
- ½ kutsarita ng asin
- 2 kutsarang buto ngschia
- ½ tasang gatas
- 1 itlog
- 1 kutsarita vanilla extract
- ¼ tasa ng langis ng gulay

MGA TAGUBILIN:
a) Painitin muna ang oven sa 350°F (180°C).
b) Sa isang mixing bowl, haluin ang harina, asukal, baking powder, asin, at chia seeds.
c) Sa isang hiwalay na mangkok, talunin ang gatas, itlog, vanilla extract, at vegetable oil.
d) Idagdag ang mga basang sangkap sa mga tuyong sangkap at ihalo hanggang sa pagsamahin lamang.
e) Ibuhos ang batter sa isang greased donut pan.
f) Maghurno ng 10-12 minuto, o hanggang sa malinis na lumabas ang toothpick na ipinasok sa donut.
g) Alisin ang donut mula sa oven at hayaang lumamig sa kawali sa loob ng 5 minuto bago ilipat sa wire rack upang ganap na lumamig.

58. Sesame Seed Donuts

MGA INGREDIENTS:
- 2 tasang all-purpose na harina
- 1/2 tasa ng butil na asukal
- 2 kutsarita ng baking powder
- 1/2 kutsarita ng asin
- 1/4 tasa unsalted butter, natunaw
- 1 tasang gatas
- 2 malalaking itlog
- 1 kutsarita vanilla extract
- 1/2 tasa sesame seeds

PARA SA GLAZE:
- 1 tasang may pulbos na asukal
- 2-3 kutsarang gatas
- 1/4 tasa sesame seeds

MGA TAGUBILIN:

a) Painitin muna ang iyong oven sa 350°F (175°C) at lagyan ng mantika ang isang donut pan.

b) Sa isang mixing bowl, haluin ang harina, asukal, baking powder, at asin.

c) Sa isang hiwalay na mangkok, haluin ang tinunaw na mantikilya, gatas, itlog, at vanilla extract.

d) Idagdag ang mga basang sangkap sa mga tuyong sangkap at haluin hanggang sa pagsamahin lamang.

e) Ilagay ang batter sa inihandang donut pan, punan ang bawat lukab ng halos 2/3 puno.

f) Iwiwisik ang mga buto ng linga nang pantay-pantay sa batter ng donut.

g) Maghurno ng 12-15 minuto o hanggang sa malinis ang toothpick na ipinasok sa mga donut.

h) Sa isang maliit na mangkok, haluin ang powdered sugar at gatas para maging glaze. Magdagdag ng higit pang gatas kung kinakailangan upang makamit ang isang nabubuong pare-pareho.

i) Isawsaw ang bawat donut sa glaze, hayaang tumulo ang labis, pagkatapos ay budburan ng linga.

59. Poppy Seed Donuts

MGA INGREDIENTS:
- 2 tasang all-purpose na harina
- 1/2 tasa ng butil na asukal
- 2 kutsarita ng baking powder
- 1/2 kutsarita ng asin
- 2 kutsarang buto ng poppy
- 1 tasang gatas
- 1/4 tasa ng langis ng gulay
- 2 malalaking itlog
- 1 kutsarita vanilla extract

PARA SA GLAZE:
- 1 tasang may pulbos na asukal
- 2-3 kutsarang gatas
- 1 kutsarang buto ng poppy

MGA TAGUBILIN:
a) Painitin muna ang iyong oven sa 350°F (175°C) at lagyan ng mantika ang isang donut pan.

b) Sa isang mangkok ng paghahalo, haluin ang harina, asukal, baking powder, asin, at mga buto ng poppy.

c) Sa isang hiwalay na mangkok, haluin ang gatas, langis ng gulay, itlog, at vanilla extract.

d) Idagdag ang mga basang sangkap sa mga tuyong sangkap at haluin hanggang sa pagsamahin lamang.

e) Ilagay ang batter sa inihandang donut pan, punan ang bawat lukab ng halos 2/3 puno.

f) Maghurno ng 12-15 minuto o hanggang sa malinis ang toothpick na ipinasok sa mga donut.

g) Sa isang maliit na mangkok, haluin ang powdered sugar at gatas para maging glaze. Magdagdag ng higit pang gatas kung kinakailangan upang makamit ang isang nabubuong pare-pareho.

h) Isawsaw ang bawat donut sa glaze, hayaang tumulo ang labis, pagkatapos ay budburan ng mga buto ng poppy.

60. Mga Flaxseed Donut

MGA INGREDIENTS:
- 2 tasang all-purpose na harina
- 1/2 tasa ng butil na asukal
- 2 kutsarita ng baking powder
- 1/2 kutsarita ng asin
- 2 tablespoons ground flaxseed
- 1 tasang gatas
- 1/4 tasa unsalted butter, natunaw
- 2 malalaking itlog
- 1 kutsarita vanilla extract

PARA SA GLAZE:
- 1 tasang may pulbos na asukal
- 2-3 kutsarang gatas
- 1 kutsarang ground flaxseed

MGA TAGUBILIN:

a) Painitin muna ang iyong oven sa 350°F (175°C) at lagyan ng mantika ang isang donut pan.

b) Sa isang mixing bowl, haluin ang harina, asukal, baking powder, asin, at ground flaxseed.

c) Sa isang hiwalay na mangkok, haluin ang gatas, tinunaw na mantikilya, itlog, at vanilla extract.

d) Idagdag ang mga basang sangkap sa mga tuyong sangkap at haluin hanggang sa pagsamahin lamang.

e) Ilagay ang batter sa inihandang donut pan, punan ang bawat lukab ng halos 2/3 puno.

f) Maghurno ng 12-15 minuto o hanggang sa malinis ang toothpick na ipinasok sa mga donut.

g) Sa isang maliit na mangkok, haluin ang powdered sugar at gatas para maging glaze. Magdagdag ng higit pang gatas kung kinakailangan upang makamit ang isang nabubuong pare-pareho.

h) Isawsaw ang bawat donut sa glaze, hayaang tumulo ang labis, pagkatapos ay budburan ng ground flaxseed.

61. Sunflower Seed Donuts

MGA INGREDIENTS:
- 2 tasang all-purpose na harina
- 1/2 tasa ng butil na asukal
- 2 kutsarita ng baking powder
- 1/2 kutsarita ng asin
- 1/2 tasa ng sunflower seeds
- 1 tasang gatas
- 1/4 tasa ng langis ng gulay
- 2 malalaking itlog
- 1 kutsarita vanilla extract

PARA SA GLAZE:
- 1 tasang may pulbos na asukal
- 2-3 kutsarang gatas
- 1/4 tasa ng sunflower seeds

MGA TAGUBILIN:

a) Painitin muna ang iyong oven sa 350°F (175°C) at lagyan ng mantika ang isang donut pan.

b) Sa isang mixing bowl, haluin ang harina, asukal, baking powder, asin, at sunflower seed.

c) Sa isang hiwalay na mangkok, haluin ang gatas, langis ng gulay, itlog, at vanilla extract.

d) Idagdag ang mga basang sangkap sa mga tuyong sangkap at haluin hanggang sa pagsamahin lamang.

e) Ilagay ang batter sa inihandang donut pan, punan ang bawat lukab ng halos 2/3 puno.

f) Maghurno ng 12-15 minuto o hanggang sa malinis ang toothpick na ipinasok sa mga donut.

g) Sa isang maliit na mangkok, haluin ang powdered sugar at gatas para maging glaze. Magdagdag ng higit pang gatas kung kinakailangan upang makamit ang isang nabubuong pare-pareho.

h) Isawsaw ang bawat donut sa glaze, hayaang tumulo ang labis, pagkatapos ay budburan ng mga buto ng mirasol.

NUT DONUTS

62. Hazelnut Topped Donut

MGA INGREDIENTS:
- 1 Donut, glazed, hinati nang pahalang
- 2 kutsarang Nutella

MGA TAGUBILIN:
a) Ilagay ang Nutella sa magkabilang gilid ng mga bahagi ng Donut.
b) Ilagay ang itaas na kalahati sa ibabang kalahati at magsaya.
c) Enjoy.

63. Toasted Coconut Baked Donuts

MGA INGREDIENTS:
- ¼ tasang unsalted butter ang pinalambot
- ¼ tasa ng langis ng gulay
- ½ tasa ng butil na asukal
- ⅓ tasa ng brown sugar
- 2 malalaking itlog
- 1½ kutsarita ng baking powder
- ¼ kutsarita ng baking soda
- ½ kutsarita ng nutmeg
- ½ kutsarita ng asin
- 1½ kutsarita vanilla extract
- 2⅔ tasang all-purpose na harina
- 1 tasang buttermilk

GLAZE
- 1 tasang may pulbos na asukal
- 1 kutsarang light corn syrup
- 1 kutsarang tinunaw na mantikilya
- 2 kutsarang gatas
- ½ kutsarita vanilla extract
- ⅛ kutsarita ng asin

TOASTED COCONUT
- 1 tasang pinatamis na ginutay-gutay na niyog o toasted coconut

MGA TAGUBILIN:
a) Painitin ang hurno sa 425°. Grasa ang donut pan o i-spray ang pan ng non-stick cooking spray.
b) Sa isang malaking mangkok, paghaluin ang mantikilya, langis, at asukal hanggang sa makinis.
c) Haluin ang mga itlog nang paisa-isa hanggang sa pinagsama.
d) Magdagdag ng baking powder, baking soda, nutmeg, at vanilla sa pinaghalong. Haluin hanggang sa pinagsama.
e) Haluin ang harina nang halili sa buttermilk, simula at nagtatapos sa harina. Paghaluin lamang ng sapat upang pagsamahin.
f) Gamit ang isang kutsara, punan ang mga balon ng Donut na ¾ puno ng batter, Ang kuwarta ay bahagyang matigas. Gumamit ng toothpick upang ikalat ang kuwarta sa mga gilid ng mga indibidwal na balon ng donut.
g) Maghurno sa gitnang rack ng preheated oven sa loob ng 10 minuto. Ang mga donut ay tapos na kapag sila ay bumalik kapag

bahagyang pinindot. Ang mga donut ay magiging maputla at hindi maitim sa pagluluto, ito ay normal.

h) Alisin ang kawali sa oven at hayaang lumamig nang bahagya ang mga donut bago alisin ang kawali.

i) Gawin ang glaze sa pamamagitan ng pagsasama-sama ng asukal ng mga confectioner, corn syrup, tinunaw na mantikilya, gatas, banilya, at asin sa isang maliit na mangkok. Haluing mabuti. Kung ang glaze ay masyadong makapal, magdagdag ng karagdagang gatas 1 kutsarita sa isang pagkakataon hanggang sa nais na pare-pareho.

j) Idagdag ang niyog sa isang malaking kawali sa mababang init. Magluto, patuloy na pagpapakilos hanggang ang mga natuklap ay halos ginintuang kayumanggi. Alisin mula sa init at ilipat ang toasted coconut sa isang ulam upang lumamig.

k) Isawsaw ang bahagyang mainit-init na donut sa glaze at pagkatapos ay toasted coconut. Pindutin ang niyog para tumulong sa pagkakadikit sa glaze.

l) Ilagay ang mga donut sa isang cooling rack upang payagang mag-set ang glaze bago ihain.

64. Maple Walnut Donuts

MGA INGREDIENTS:
- 1 ½ tasang all-purpose na harina
- ½ tasa ng butil na asukal
- 1 ½ kutsarita ng baking powder
- ½ kutsarita ng asin
- ½ kutsarita ng giniling na kanela
- ½ tasang buttermilk
- 2 itlog
- ¼ tasa unsalted butter, natunaw
- ¼ tasa purong maple syrup
- ½ tasa tinadtad na mga walnuts

MGA TAGUBILIN:

a)   Painitin ang oven sa 350°F. Grasa ang isang donut pan na may non-stick cooking spray.

b)   Sa isang medium mixing bowl, haluin ang harina, asukal, baking powder, asin, at kanela.

c)   Sa isang hiwalay na mangkok ng paghahalo, haluin ang buttermilk, itlog, tinunaw na mantikilya, at maple syrup hanggang makinis.

d)   Idagdag ang mga basang sangkap sa mga tuyong sangkap at haluin hanggang sa pagsamahin lamang.

e)   Tiklupin ang tinadtad na mga walnut.

f)   Ilagay ang batter sa inihandang donut pan, punan ang bawat amag na halos ⅔ puno.

g)   Maghurno sa loob ng 12-15 minuto, o hanggang ang mga donut ay bahagyang ginintuang at ang isang toothpick na ipinasok sa gitna ay lumabas na malinis.

h)   Hayaang lumamig ang mga donut sa kawali sa loob ng 5 minuto bago alisin at ilipat sa wire rack upang ganap na lumamig.

65. Almond Joy Donuts

MGA INGREDIENTS:
- 1 ½ tasang all-purpose na harina
- ½ tasa ng butil na asukal
- ⅓ tasa ng unsweetened cocoa powder
- 1 kutsarita ng baking powder
- ½ kutsarita ng baking soda
- ½ kutsarita ng asin
- ½ tasang buttermilk
- ⅓ tasa ng langis ng gulay
- 2 itlog
- 1 kutsarita vanilla extract
- ½ tasang tinadtad na almendras
- ½ tasang hinimay na niyog
- ½ tasa ng mini chocolate chips

MGA TAGUBILIN:

a) Painitin ang oven sa 350°F (180°C) at lagyan ng mantika ang isang kawali ng donut.

b) Sa isang mixing bowl, pagsamahin ang harina, asukal, cocoa powder, baking powder, baking soda, at asin.

c) Sa isang hiwalay na mangkok, haluin ang buttermilk, itlog, langis ng gulay, at vanilla extract.

d) Ibuhos ang mga basang sangkap sa mga tuyong sangkap at haluin hanggang sa pagsamahin lamang.

e) Tiklupin ang ginutay-gutay na niyog, tinadtad na almendras, at chocolate chips.

f) Ilagay ang batter sa inihandang donut pan, punan ang bawat amag na halos ¾ na puno.

g) Maghurno ng 12-15 minuto, o hanggang sa malinis na lumabas ang isang toothpick na ipinasok sa gitna.

h) Hayaang lumamig ang mga donut sa kawali sa loob ng ilang minuto bago ilipat ang mga ito sa wire rack upang ganap na lumamig.

66.Mga Donut ng Peanut Butter

MGA INGREDIENTS:
- 1 ¾ tasa ng all-purpose na harina
- ½ tasa ng butil na asukal
- 2 kutsarita ng baking powder
- ½ kutsarita ng asin
- ½ tasang creamy peanut butter
- ¼ tasa unsalted butter, natunaw
- ¾ tasa ng gatas
- 2 malalaking itlog
- 1 kutsarita vanilla extract
- ½ tasang tinadtad na mani (para sa topping)

MGA TAGUBILIN:

a) Painitin muna ang iyong oven sa 350°F (175°C) at lagyan ng mantika ang isang donut pan.

b) Sa isang mixing bowl, haluin ang harina, asukal, baking powder, at asin.

c) Sa isang hiwalay na mangkok, haluin ang peanut butter, tinunaw na mantikilya, gatas, itlog, at vanilla extract hanggang makinis.

d) Idagdag ang mga basang sangkap sa mga tuyong sangkap at haluin hanggang sa pagsamahin lamang.

e) Ilagay ang batter sa inihandang donut pan, punan ang bawat lukab ng halos 2/3 puno.

f) Iwiwisik ang tinadtad na mani nang pantay-pantay sa batter ng donut.

g) Maghurno ng 12-15 minuto o hanggang sa malinis ang toothpick na ipinasok sa mga donut.

h) Hayaang lumamig ang mga donut sa kawali sa loob ng ilang minuto bago ilipat ang mga ito sa wire rack upang ganap na lumamig.

67. Hazelnut Mocha Donuts

MGA INGREDIENTS:
- 1 ¾ tasa ng all-purpose na harina
- ½ tasa ng butil na asukal
- 2 kutsarita ng baking powder
- ½ kutsarita ng asin
- ¼ tasa unsalted butter, natunaw
- ½ tasang gatas
- 2 kutsarang instant coffee granules
- 2 malalaking itlog
- 1 kutsarita vanilla extract
- ½ tasang tinadtad na mga hazelnut
- ½ tasang may pulbos na asukal
- 2 kutsarang gatas
- 1 kutsarang cocoa powder
- Tinadtad na mga hazelnut para sa topping

MGA TAGUBILIN:

a) Painitin muna ang iyong oven sa 350°F (175°C) at lagyan ng mantika ang isang donut pan.

b) Sa isang mixing bowl, haluin ang harina, asukal, baking powder, at asin.

c) Sa isang hiwalay na mangkok, haluin ang tinunaw na mantikilya, gatas, instant coffee granules, itlog, at vanilla extract.

d) Idagdag ang mga basang sangkap sa mga tuyong sangkap at haluin hanggang sa pagsamahin lamang.

e) Tiklupin ang tinadtad na mga hazelnut.

f) Ilagay ang batter sa inihandang donut pan, punan ang bawat lukab ng halos 2/3 puno.

g) Maghurno ng 12-15 minuto o hanggang sa malinis ang toothpick na ipinasok sa mga donut.

h) Sa isang maliit na mangkok, haluin ang powdered sugar, gatas, at cocoa powder para gawing glaze.

i) Isawsaw ang bawat donut sa glaze, hayaang tumulo ang labis, pagkatapos ay budburan ng tinadtad na mga hazelnut.

68. Pistachio Donuts

MGA INGREDIENTS:
- 1 ¾ tasa ng all-purpose na harina
- ½ tasa ng butil na asukal
- 2 kutsarita ng baking powder
- ½ kutsarita ng asin
- ¼ tasa unsalted butter, natunaw
- ½ tasang gatas
- 2 malalaking itlog
- 1 kutsarita vanilla extract
- ½ tasang tinadtad na pistachios
- ½ tasang may pulbos na asukal
- 2 kutsarang gatas
- Tinadtad na pistachios para sa topping

MGA TAGUBILIN:
a) Painitin muna ang iyong oven sa 350°F (175°C) at lagyan ng mantika ang isang donut pan.
b) Sa isang mixing bowl, haluin ang harina, asukal, baking powder, at asin.
c) Sa isang hiwalay na mangkok, haluin ang tinunaw na mantikilya, gatas, itlog, at vanilla extract.
d) Idagdag ang mga basang sangkap sa mga tuyong sangkap at haluin hanggang sa pagsamahin lamang.
e) I-fold ang tinadtad na pistachios.
f) Ilagay ang batter sa inihandang donut pan, punan ang bawat lukab ng halos 2/3 puno.
g) Maghurno ng 12-15 minuto o hanggang sa malinis ang toothpick na ipinasok sa mga donut.
h) Sa isang maliit na mangkok, haluin ang powdered sugar at gatas para maging glaze.
i) Isawsaw ang bawat donut sa glaze, hayaang tumulo ang labis, pagkatapos ay budburan ng tinadtad na pistachio.

69. Walnut Caramel Donuts

MGA INGREDIENTS:
- 1 ¾ tasa ng all-purpose na harina
- ½ tasa ng butil na asukal
- 2 kutsarita ng baking powder
- ½ kutsarita ng asin
- ¼ tasa unsalted butter, natunaw
- ½ tasang gatas
- 2 malalaking itlog
- 1 kutsarita vanilla extract
- ½ tasa tinadtad na mga walnuts
- 1 tasang caramel sauce
- Tinadtad na mga walnut para sa topping

MGA TAGUBILIN:

a) Painitin muna ang iyong oven sa 350°F (175°C) at lagyan ng mantika ang isang donut pan.

b) Sa isang mixing bowl, haluin ang harina, asukal, baking powder, at asin.

c) Sa isang hiwalay na mangkok, haluin ang tinunaw na mantikilya, gatas, itlog, at vanilla extract.

d) Idagdag ang mga basang sangkap sa mga tuyong sangkap at haluin hanggang sa pagsamahin lamang.

e) Tiklupin ang tinadtad na mga walnut.

f) Ilagay ang batter sa inihandang donut pan, punan ang bawat lukab ng halos 2/3 puno.

g) Maghurno ng 12-15 minuto o hanggang sa malinis ang toothpick na ipinasok sa mga donut.

h) Hayaang lumamig ang mga donut sa kawali sa loob ng ilang minuto, pagkatapos ay ilipat ang mga ito sa isang wire rack.

i) Ibuhos ang caramel sauce sa mga donut, pagkatapos ay iwiwisik ang tinadtad na mga walnuts.

JAM AT JELLY

70. Jam Donuts

MGA INGREDIENTS:
- 3 tasang harina
- Kakarampot na asin
- ½ tasang mantikilya
- 1 kutsarita ng instant dry yeast
- ½ tasang asukal
- 2 tasang gatas
- 2 itlog
- 2-3 kutsarang jam
- Langis para sa malalim na pagprito

MGA TAGUBILIN:

a) Salain ang harina at asin sa isang mangkok. Magdagdag ng lebadura at asukal. Kuskusin ang mantikilya hanggang sa mabuo ang mga breadcrumb

b) Magdagdag ng pinaghalong gatas at itlog at masahin hanggang sa mabuo ang malambot na masa. Takpan at hayaang tumaas ng 1 oras

c) Hatiin ang kuwarta sa 16 na bola at hugis sa mga bilog. Maglagay ng isang maliit na kutsara ng jam sa gitna ng bawat bola, kurutin upang masakop ang jam at bumuo muli ng isang bilog

d) Hayaang magpahinga ng 20 minuto. Mag-init ng mantika at i-deep fry ang Donuts hanggang mag-golden brown

e) Ilagay sa plato na may kitchen towel para maalis ang sobrang mantika. Masaganang budburan ng icing sugar.

71. Mga Donut ng Black Forest Cherry Jam

MGA INGREDIENTS:
PARA SA DONUT DOUGH
- 250g malakas na puting harina ng tinapay
- 50g caster sugar plus 100g para sa pag-aalis ng alikabok
- 5g pinatuyong lebadura
- 2 itlog
- 60g salted butter, natunaw
- 2 litro ng langis ng mirasol

PARA SA PAGPUPUNO
- 200 g ng cherry jam
- 100ml double cream, hinagupit

PARA SA ICING
- 100g icing sugar, sinala
- 2 tablespoonscocoa powder, sinala
- 50g plain na tsokolate
- sariwang seresa (opsyonal)

MGA TAGUBILIN:
a) Ilagay ang harina, asukal, lebadura, itlog at 125ml na maligamgam na tubig sa isang mixer na may dough hook o paddle at haluin ng 5 mins hanggang sa maging malambot ang masa. Kung wala kang panghalo, maaari kang gumamit ng malaking mangkok at masahin gamit ang kamay (maaaring tumagal ito ng hanggang 10 minuto).

b) Hayaang magpahinga ang kuwarta ng isa o dalawang minuto sa mixer o bowl habang natutunaw mo ang mantikilya, pagkatapos ay simulan muli ang mixer at dahan-dahang idagdag ang tinunaw na mantikilya sa isang manipis na stream. Haluing mabuti para sa isa pang 5 minuto hanggang ang masa ay makintab, makinis at nababanat at lumayo sa mga gilid ng mangkok. Muli, ito ay maaaring gawin sa pamamagitan ng kamay sa pamamagitan ng pagmamasa ng mantikilya sa kuwarta.

c) Takpan ang mangkok na may cling film at itabi sa isang mainit na lugar upang patunayan sa loob ng 30 minuto hanggang sa humigit-kumulang na doble ang laki. Kapag napatunayan, alisin ang kuwarta mula sa mangkok at ilagay sa isang bahagyang floured ibabaw at masahin para sa 2 minuto. Ibalik ang kuwarta sa mangkok at takpan ng cling film, pagkatapos ay palamigin sa refrigerator magdamag.

d) Sa susunod na araw, alisin ang kuwarta mula sa refrigerator at gupitin sa 10 pantay na piraso, pagmamasa ng kaunti at humuhubog sa mga bilog. Ilagay sa isang lightly floured baking sheet, na may pagitan, pagkatapos ay takpan muli ng lightly oiled cling film at itabi sa isang mainit na lugar upang patunayan sa loob ng 1-2 oras hanggang halos dumoble ang laki.

e) Ibuhos ang mantika sa isang malaking kasirola para halos kalahati ang laman nito, pagkatapos ay painitin sa 170°C gamit ang thermometer, o kapag ang isang maliit na tipak ng tinapay ay naging maputlang ginto sa loob ng 30 segundo.

f) Ilagay ang 100g caster sugar sa isang mangkok na handa na para sa pag-aalis ng alikabok, pagkatapos ay maingat na ilagay ang mga Donut sa mainit na mantika gamit ang isang slotted na kutsara sa mga grupo ng 2-3 at iprito ng 2 minuto sa bawat panig hanggang sa ginintuang kayumanggi. Alisin gamit ang isang slotted na kutsara at direktang ilagay sa mangkok ng asukal, ihahagis sa coat, pagkatapos ay ayusin sa isang cooling rack.

g) Habang lumalamig ang mga Donut, ilagay ang cherry jam sa isang piping bag at ang whipped cream sa isa pa at hiwain ng 1cm na butas sa dulo ng bawat bag.

h) Kumuha ng pinalamig na Donut at gumawa ng maliit na hiwa gamit ang isang matalim na kutsilyo sa isang gilid, hanggang sa gitna ng iyong Donut. Ngayon kumuha ng isang kutsarita at ipasok ito sa butas hanggang ang tasa ng kutsara ay umabot sa gitna, pagkatapos ay i-twist ang kutsarita ng 360 degrees at bunutin ang gitna ng kuwarta; itapon.

i) Dalhin ang piping bag ng jam at i-pipe ang humigit-kumulang 1 kutsara ng jam sa gitna, pagkatapos ay gawin ang parehong sa cream, siguraduhin na ang mga Donut ay matambok at puno ng laman. Ilagay muli ang mga ito sa cooling rack.

j) Ilagay ang mga sangkap ng icing sa isang maliit na mangkok na may 2-3 kutsarang tubig at haluing mabuti hanggang sa makapal at makintab ang icing at mabalot ang likod ng isang kutsarita. Ibuhos ang bawat Donut ng 1 kutsara ng icing sa isang masikip na pattern ng zigzag.

k) Pagkatapos, gamit ang isang potato peeler, mag-ahit ng manipis na shavings ng plain chocolate mula sa gilid ng bar papunta sa isang plato. Gamit ang isang kutsarita, iwisik ang mga pinagkataman sa Donuts.

l) Ihain kasama ng sariwang seresa.

72. Raspberry Cream Cheese Jelly Donuts

MGA INGREDIENTS:
- 2 tasang all-purpose na harina
- ¼ tasa ng butil na asukal
- 2 ¼ kutsarita ng instant yeast
- ½ kutsarita ng asin
- ½ tasang gatas
- 2 kutsarang sunsalted butter, natunaw
- 1 itlog
- 1 kutsarita vanilla extract
- 4 ounces cream cheese, pinalambot
- ¼ tasa ng raspberry jam
- Langis ng gulay, para sa pagprito
- Powdered sugar, para sa pag-aalis ng alikabok

MGA TAGUBILIN:

a) Sa isang malaking mixing bowl, haluin ang harina, asukal, instant yeast, at asin.

b) Sa isang hiwalay na mangkok ng paghahalo, haluin ang gatas, tinunaw na mantikilya, itlog, at vanilla extract hanggang sa makinis.

c) Idagdag ang mga basang sangkap sa mga tuyong sangkap at haluin hanggang sa pagsamahin lamang.

d) Ilabas ang kuwarta sa ibabaw ng floured at masahin ng 5-7 minuto, o hanggang makinis at elastic.

e) Takpan ang kuwarta at hayaang magpahinga ng 10 minuto.

f) Igulong ang kuwarta sa ¼-pulgadang kapal at gupitin ang mga bilog gamit ang pamutol ng biskwit o basong inumin.

g) Sa isang maliit na mangkok ng paghahalo, pagsamahin ang cream cheese at raspberry jam hanggang makinis.

h) Kutsara ang isang kutsarita ng cream cheese mixture sa gitna ng bawat bilog.

i) Tiklupin ang kuwarta at kurutin ang mga gilid upang maiselyo.

j) Init ang langis ng gulay sa isang malaki, malalim na kasirola sa medium-high heat.

k) Kapag mainit na ang mantika, maingat na ihulog ang mga donut sa mantika at iprito sa loob ng 1-2 minuto sa bawat panig, o hanggang sa ginintuang kayumanggi.

l) Gumamit ng slotted na kutsara upang alisin ang mga donut mula sa mantika at ilagay ang mga ito sa isang papel na may linyang tuwalya upang maubos ang labis na mantika.

m) Alisan ng alikabok ang mga donut na may pulbos na asukal bago ihain.

73. Lemon Curd Donuts

MGA INGREDIENTS:
- 2 ¾ tasang all-purpose na harina
- ¼ tasa ng butil na asukal
- 2 kutsarita ng aktibong dry yeast
- ½ kutsarita ng asin
- ½ tasang gatas
- ¼ tasa unsalted butter, natunaw
- 2 malalaking itlog
- 1 kutsarita vanilla extract
- Langis ng gulay, para sa pagprito
- ½ tasa ng lemon curd
- Powdered sugar, para sa pag-aalis ng alikabok

MGA TAGUBILIN:
a)   Sa isang malaking mixing bowl, pagsamahin ang all-purpose flour, granulated sugar, active dry yeast, at asin. Haluing mabuti.
b)   Sa isang hiwalay na maliit na kasirola, init ang gatas hanggang sa ito ay mainit ngunit hindi kumukulo. Alisin sa init at idagdag ang tinunaw na unsalted butter. Haluin hanggang ang mantikilya ay ganap na maisama.
c)   Sa isang maliit na mangkok, talunin ang mga itlog at vanilla extract nang magkasama. Idagdag ang halo na ito sa pinaghalong gatas at mantikilya, at haluin hanggang sa mahusay na pinagsama.
d)   Ibuhos ang mga basang sangkap sa mga tuyong sangkap, at haluin gamit ang isang kahoy na kutsara o spatula hanggang sa mabuo ang kuwarta.
e)   Ilipat ang kuwarta sa isang bahagyang pinaglagyan ng harina at masahin ng mga 5 minuto hanggang sa maging makinis at nababanat. Kung ang masa ay masyadong malagkit, magdagdag ng kaunti pang harina, isang kutsara sa isang pagkakataon, hanggang sa maabot ang nais na pagkakapare-pareho.
f)   Ilagay ang kuwarta sa isang mangkok na may mantika, takpan ito ng malinis na tuwalya sa kusina, at hayaang tumaas ito sa isang mainit na lugar nang humigit-kumulang 1 oras, o hanggang sa dumoble ang laki nito.
g)   Kapag tumaas na ang kuwarta, suntukin ito upang makalabas ang hangin. Ilabas ito sa ibabaw ng harina at igulong ito sa kapal na humigit-kumulang ½ pulgada.
h)   Gumamit ng isang bilog na cookie cutter o isang basong inumin upang gupitin ang mga bilog mula sa kuwarta. Ilagay ang mga bilog sa

isang baking sheet na nilagyan ng parchment paper at hayaang tumaas ang mga ito para sa isa pang 30 minuto.

i) Habang umaangat ang mga donut, painitin ang langis ng gulay sa isang malalim na kasirola o deep fryer sa humigit-kumulang 350°F (175°C).

j) Maingat na ilagay ang mga donut sa mainit na mantika, nang paisa-isa, at iprito ang mga ito ng mga 2-3 minuto bawat gilid o hanggang sa maging golden brown ang mga ito. Gumamit ng slotted na kutsara o sipit upang i-flip ang mga ito.

k) Kapag luto na, alisin ang mga donut sa mantika at ilagay sa isang plato na nilagyan ng tuwalya ng papel upang maubos ang labis na mantika.

l) Punan ang isang piping bag na nilagyan ng maliit na bilog na dulo na may lemon curd. Ipasok ang dulo sa gilid ng bawat donut at dahan-dahang pisilin upang mapuno ang gitna ng lemon curd. Ulitin sa natitirang mga donut.

m) Alisan ng alikabok ang mga napunong donut na may pulbos na asukal gamit ang isang sifter o fine-mesh salaan.

n) Ihain kaagad ang lemon curd donuts habang mainit pa ang mga ito at mag-enjoy!

74. Blackberry Glazed Donuts

MGA INGREDIENTS:
- 2 ¾ tasang all-purpose na harina
- ¼ tasa ng butil na asukal
- 2 kutsarita ng aktibong dry yeast
- ½ kutsarita ng asin
- ½ tasang gatas
- ¼ tasa unsalted butter, natunaw
- 2 malalaking itlog
- 1 kutsarita vanilla extract
- Langis ng gulay, para sa pagprito
- 1 tasang sariwang blackberry
- 1 tasang may pulbos na asukal
- 1-2 kutsarang gatas

MGA TAGUBILIN:
a) Sa isang malaking mixing bowl, pagsamahin ang all-purpose flour, granulated sugar, active dry yeast, at asin. Haluing mabuti.

b) Sa isang hiwalay na maliit na kasirola, init ang gatas hanggang sa ito ay mainit ngunit hindi kumukulo. Alisin sa init at idagdag ang tinunaw na unsalted butter. Haluin hanggang ang mantikilya ay ganap na maisama.

c) Sa isang maliit na mangkok, talunin ang mga itlog at vanilla extract nang magkasama. Idagdag ang halo na ito sa pinaghalong gatas at mantikilya, at haluin hanggang sa mahusay na pinagsama.

d) Ibuhos ang mga basang sangkap sa mga tuyong sangkap, at haluin gamit ang isang kahoy na kutsara o spatula hanggang sa mabuo ang kuwarta.

e) Ilipat ang kuwarta sa isang bahagyang pinaglagyan ng harina at masahin ng mga 5 minuto hanggang sa maging makinis at nababanat. Kung ang masa ay masyadong malagkit, magdagdag ng kaunti pang harina, isang kutsara sa isang pagkakataon, hanggang sa maabot ang nais na pagkakapare-pareho.

f) Ilagay ang kuwarta sa isang mangkok na may mantika, takpan ito ng malinis na tuwalya sa kusina, at hayaang tumaas ito sa isang mainit na lugar nang humigit-kumulang 1 oras, o hanggang sa dumoble ang laki nito.

g) Kapag tumaas na ang kuwarta, suntukin ito upang makalabas ang hangin. Ilabas ito sa ibabaw ng harina at igulong ito sa kapal na humigit-kumulang ½ pulgada.

h) Gumamit ng isang bilog na cookie cutter o isang basong inumin upang gupitin ang mga bilog mula sa kuwarta. Ilagay ang mga bilog sa isang baking sheet na nilagyan ng parchment paper at hayaang tumaas ang mga ito para sa isa pang 30 minuto.

i) Habang umaangat ang mga donut, ihanda ang blackberry glaze. Sa isang maliit na kasirola, pagsamahin ang mga sariwang blackberry at powdered sugar. Magluto sa katamtamang init, paminsan-minsang pagpapakilos, hanggang sa masira ang mga blackberry at mailabas ang mga katas nito, at bahagyang lumapot ang timpla. Alisin mula sa init at hayaan itong lumamig ng ilang minuto.

j) Ilipat ang blackberry mixture sa isang blender o food processor at timpla hanggang makinis. Kung ninanais, salain ang pinaghalong sa pamamagitan ng isang fine-mesh sieve upang alisin ang anumang buto.

k) Paghaluin ang 1-2 kutsarang gatas upang manipis ang glaze sa nais na pare-pareho.

l) Init ang mantika ng gulay sa isang malalim na kasirola o deep fryer sa humigit-kumulang 350°F (175°C).

m) Maingat na ilagay ang mga donut sa mainit na mantika, nang paisa-isa, at iprito ang mga ito ng mga 2-3 minuto bawat gilid o hanggang sa maging golden brown ang mga ito. Gumamit ng slotted na kutsara o sipit upang i-flip ang mga ito.

n) Kapag luto na, alisin ang mga donut sa mantika at ilagay sa isang plato na nilagyan ng tuwalya ng papel upang maubos ang labis na mantika.

o) Isawsaw ang bawat donut sa blackberry glaze, i-coat ito sa magkabilang panig. Ilagay ang glazed donuts sa wire rack na nakalagay sa ibabaw ng baking sheet para pumatak ang anumang labis na glaze.

p) Hayaang mag-set ang glaze ng ilang minuto bago ihain ang blackberry glazed donuts.

75. Caramel Apple Donuts

MGA INGREDIENTS:
- 2 ¾ tasang all-purpose na harina
- ¼ tasa ng butil na asukal
- 2 kutsarita ng aktibong dry yeast
- ½ kutsarita ng asin
- ½ tasang gatas
- ¼ tasa unsalted butter, natunaw
- 2 malalaking itlog
- 1 kutsarita vanilla extract
- Langis ng gulay, para sa pagprito
- ½ tasang mantikilya ng mansanas o jam ng mansanas
- Powdered sugar, para sa pag-aalis ng alikabok

MGA TAGUBILIN:

a) Sa isang malaking mixing bowl, pagsamahin ang all-purpose flour, granulated sugar, active dry yeast, at asin. Haluing mabuti.

b) Sa isang hiwalay na maliit na kasirola, init ang gatas hanggang sa ito ay mainit ngunit hindi kumukulo. Alisin sa init at idagdag ang tinunaw na unsalted butter. Haluin hanggang ang mantikilya ay ganap na maisama.

c) Sa isang maliit na mangkok, talunin ang mga itlog at vanilla extract nang magkasama. Idagdag ang halo na ito sa pinaghalong gatas at mantikilya, at haluin hanggang sa mahusay na pinagsama.

d) Ibuhos ang mga basang sangkap sa mga tuyong sangkap, at haluin gamit ang isang kahoy na kutsara o spatula hanggang sa mabuo ang kuwarta.

e) Ilipat ang kuwarta sa isang bahagyang pinaglagyan ng harina at masahin ng mga 5 minuto hanggang sa maging makinis at nababanat. Kung ang masa ay masyadong malagkit, magdagdag ng kaunti pang harina, isang kutsara sa isang pagkakataon, hanggang sa maabot ang nais na pagkakapare-pareho.

f) Ilagay ang kuwarta sa isang mangkok na may mantika, takpan ito ng malinis na tuwalya sa kusina, at hayaang tumaas ito sa isang mainit na lugar nang humigit-kumulang 1 oras, o hanggang sa dumoble ang laki nito.

g) Kapag tumaas na ang kuwarta, suntukin ito upang makalabas ang hangin. Ilabas ito sa ibabaw ng harina at igulong ito sa kapal na humigit-kumulang ½ pulgada.

h) Gumamit ng isang bilog na cookie cutter o isang basong inumin upang gupitin ang mga bilog mula sa kuwarta. Ilagay ang mga bilog sa

isang baking sheet na nilagyan ng parchment paper at hayaang tumaas ang mga ito para sa isa pang 30 minuto.

i) Habang umaangat ang mga donut, painitin ang langis ng gulay sa isang malalim na kasirola o deep fryer sa humigit-kumulang 350°F (175°C).

j) Maingat na ilagay ang mga donut sa mainit na mantika, nang paisa-isa, at iprito ang mga ito ng mga 2-3 minuto bawat gilid o hanggang sa maging golden brown ang mga ito. Gumamit ng slotted na kutsara o sipit upang i-flip ang mga ito.

k) Kapag luto na, alisin ang mga donut sa mantika at ilagay sa isang plato na nilagyan ng tuwalya ng papel upang maubos ang labis na mantika.

l) Punan ang isang piping bag na nilagyan ng maliit na bilog na dulo ng apple butter o apple jam. Ipasok ang dulo sa gilid ng bawat donut at dahan-dahang pisilin upang mapuno ang gitna ng caramel apple filling. Ulitin sa natitirang mga donut.

m) Alisan ng alikabok ang mga napunong donut na may pulbos na asukal gamit ang isang sifter o fine-mesh salaan.

n) Ihain kaagad ang mga caramel apple donut habang mainit pa ang mga ito at mag-enjoy!

76. Nutella-Stuffed Donuts

MGA INGREDIENTS:
- 2 ¾ tasang all-purpose na harina
- ¼ tasa ng butil na asukal
- 2 kutsarita ng aktibong dry yeast
- ½ kutsarita ng asin
- ½ tasang gatas
- ¼ tasa unsalted butter, natunaw
- 2 malalaking itlog
- 1 kutsarita vanilla extract
- Langis ng gulay, para sa pagprito
- Nutella (o ang paborito mong chocolate-hazelnut spread)
- Powdered sugar, para sa pag-aalis ng alikabok

MGA TAGUBILIN:
a) Sa isang malaking mixing bowl, pagsamahin ang all-purpose flour, granulated sugar, active dry yeast, at asin. Haluing mabuti.
b) Sa isang hiwalay na maliit na kasirola, init ang gatas hanggang sa ito ay mainit ngunit hindi kumukulo. Alisin sa init at idagdag ang tinunaw na unsalted butter. Haluin hanggang ang mantikilya ay ganap na maisama.
c) Sa isang maliit na mangkok, talunin ang mga itlog at vanilla extract nang magkasama. Idagdag ang halo na ito sa pinaghalong gatas at mantikilya, at haluin hanggang sa mahusay na pinagsama.
d) Ibuhos ang mga basang sangkap sa mga tuyong sangkap, at haluin gamit ang isang kahoy na kutsara o spatula hanggang sa mabuo ang kuwarta.
e) Ilipat ang kuwarta sa isang bahagyang pinaglagyan ng harina at masahin ng mga 5 minuto hanggang sa maging makinis at nababanat. Kung ang masa ay masyadong malagkit, magdagdag ng kaunti pang harina, isang kutsara sa isang pagkakataon, hanggang sa maabot ang nais na pagkakapare-pareho.
f) Ilagay ang kuwarta sa isang mangkok na may mantika, takpan ito ng malinis na tuwalya sa kusina, at hayaang tumaas ito sa isang mainit na lugar nang humigit-kumulang 1 oras, o hanggang sa dumoble ang laki nito.
g) Kapag tumaas na ang kuwarta, suntukin ito upang makalabas ang hangin. Ilabas ito sa ibabaw ng harina at igulong ito sa kapal na humigit-kumulang ½ pulgada.
h) Gumamit ng isang bilog na cookie cutter o isang basong inumin upang gupitin ang mga bilog mula sa kuwarta. Ilagay ang mga bilog sa

isang baking sheet na nilagyan ng parchment paper at hayaang tumaas ang mga ito para sa isa pang 30 minuto.

i) Habang tumataas ang mga donut, ihanda ang pagpuno ng Nutella. Magsalok ng isang kutsarita o higit pa ng Nutella sa isang piraso ng plastic wrap at hugis ito ng maliit na bola. Ulitin hanggang sa magkaroon ka ng sapat na Nutella balls para sa bawat donut.

j) Kunin ang bawat tumaas na bilog ng donut at maglagay ng Nutella ball sa gitna. I-fold ang mga gilid sa ibabaw ng Nutella at kurutin ang mga ito nang magkasama upang mai-seal ang laman sa loob. I-roll ito ng malumanay upang matiyak na ito ay mahusay na selyado.

k) Init ang mantika ng gulay sa isang malalim na kasirola o deep fryer sa humigit-kumulang 350°F (175°C).

l) Maingat na ilagay ang mga donut na pinalamanan ng Nutella sa mainit na mantika, nang paisa-isa, at iprito ang mga ito nang humigit-kumulang 2-3 minuto bawat gilid o hanggang sa maging golden brown ang mga ito. Gumamit ng slotted na kutsara o sipit upang i-flip ang mga ito.

m) Kapag luto na, alisin ang mga donut sa mantika at ilagay sa isang plato na nilagyan ng tuwalya ng papel upang maubos ang labis na mantika.

n) Alisan ng alikabok ang Nutella-stuffed donut na may powdered sugar gamit ang isang sifter o fine-mesh na salaan.

o) Ihain kaagad ang Nutella-stuffed donuts habang mainit pa ang mga ito at tamasahin ang masarap na chocolate-hazelnut filling!

BOOZY DONUTS

77. Toasted Baileys Baked Donuts

MGA INGREDIENTS:
- ¼ tasang unsalted butter ang pinalambot
- ¼ tasa ng langis ng gulay
- ½ tasa ng butil na asukal
- ⅓ tasa ng brown sugar
- 2 malalaking itlog
- 1½ kutsarita ng baking powder
- ¼ kutsarita ng baking soda
- ½ kutsarita ng nutmeg
- ½ kutsarita ng asin
- 1½ kutsarita vanilla extract
- 2⅔ tasang all-purpose na harina
- 1 tasa Baileys

GLAZE
- 1 tasang may pulbos na asukal
- 1 kutsarang light corn syrup
- 1 kutsarang tinunaw na mantikilya
- 2 kutsara Baileys
- ½ kutsarita vanilla extract
- ⅛ kutsarita ng asin

TOASTED COCONUT
- 1 tasang pinatamis na ginutay-gutay na niyog o toasted coconut

MGA TAGUBILIN:
a) Painitin ang hurno sa 425°. Grasa ang donut pan o i-spray ang pan ng non-stick cooking spray.
b) Sa isang malaking mangkok, paghaluin ang mantikilya, langis, at asukal hanggang sa makinis.
c) Haluin ang mga itlog nang paisa-isa hanggang sa pinagsama.
d) Magdagdag ng baking powder, baking soda, nutmeg, at vanilla sa pinaghalong. Haluin hanggang sa pinagsama.
e) Haluin ang harina nang halili sa mga Bailey, simula at nagtatapos sa harina. Paghaluin lamang ng sapat upang pagsamahin.
f) Gamit ang isang kutsara, punan ang mga balon ng Donut na ¾ puno ng batter, Ang kuwarta ay bahagyang matigas. Gumamit ng toothpick upang ikalat ang kuwarta sa mga gilid ng mga indibidwal na balon ng donut.
g) Maghurno sa gitnang rack ng preheated oven sa loob ng 10 minuto. Ang mga donut ay tapos na kapag sila ay bumalik kapag

bahagyang pinindot. Ang mga donut ay magiging maputla at hindi maitim sa pagluluto, ito ay normal.

h) Alisin ang kawali sa oven at hayaang lumamig nang bahagya ang mga donut bago alisin ang kawali.

GAWIN ANG GLAZE

i) Pagsamahin ang asukal ng mga confectioner, corn syrup, tinunaw na mantikilya, Baileys, vanilla, at asin sa isang maliit na mangkok. Haluing mabuti. Kung ang glaze ay masyadong makapal, magdagdag ng karagdagang Baileys, 1 kutsarita sa isang pagkakataon hanggang sa nais na pare-pareho.

j) Idagdag ang niyog sa isang malaking kawali sa mababang init. Magluto, patuloy na pagpapakilos hanggang ang mga natuklap ay halos ginintuang kayumanggi. Alisin mula sa init at ilipat ang toasted coconut sa isang ulam upang lumamig.

k) Isawsaw ang bahagyang mainit-init na donut sa glaze at pagkatapos ay toasted coconut. Pindutin ang niyog para tumulong sa pagkakadikit sa glaze.

l) Ilagay ang mga donut sa isang cooling rack upang payagang mag-set ang glaze bago ihain.

78. Margarita Donuts

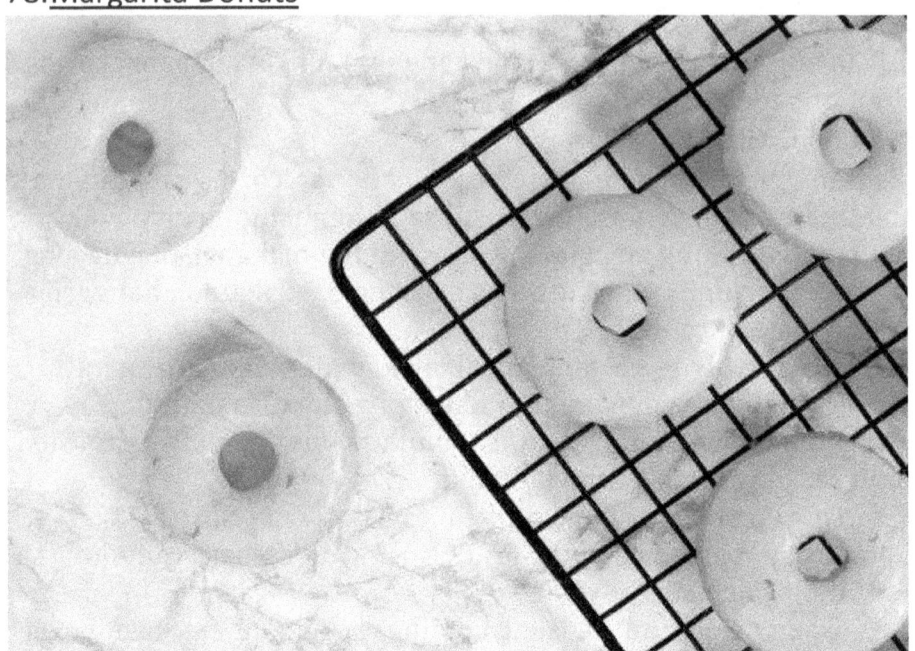

MGA INGREDIENTS:
PARA SA MGA DONUTS:
- 3 kutsarang unsalted butter, natunaw
- ½ tasa ng buong harina ng trigo
- ½ tasang hindi pinaputi na all-purpose na harina
- 1 kutsarita ng baking powder
- ¼ kutsarita ng asin sa dagat
- Sarap ng 1 kalamansi
- ¼ tasa ng asukal
- 2 kutsarang pulot
- 1 malaking itlog
- ¼ kutsarita ng vanilla
- ⅓ tasa ng buttermilk

PARA SA GLAZE:
- 1 kutsarita ng tequila
- 2 kutsarita ng orange na liqueur, tulad ng triple sec
- 2 kutsarita ng sariwang kinatas na katas ng kalamansi
- Sarap ng 1 kalamansi
- ⅔ tasang may pulbos na asukal (maaaring kailanganin mo ng kaunti pa o mas kaunti)

MGA TAGUBILIN:
PARA SA MGA DONUTS:
a)   Painitin muna ang oven sa 400°F. I-spray ang isang donut pan na may non-stick cooking spray at itabi.
b)   Matunaw ang mantikilya sa isang maliit na mangkok at itabi upang palamig. Samantala, haluin ang mga harina, baking powder, asin, at lime zest sa isang malaking mangkok. Itabi.
c)   Haluin ang asukal, pulot, itlog, at banilya sa pinalamig na mantikilya hanggang sa mahusay na pinagsama. Ihalo sa buttermilk. Ibuhos ang mga basang sangkap sa mga tuyong sangkap at haluin hanggang sa pagsamahin lamang, mag-ingat na huwag mag-over-mix.
d)   Ibuhos ang batter sa isang piping bag (o zip-top na plastic bag na may isang sulok na pinutol) at i-pipe nang pantay-pantay sa kawali.
e)   Maghurno ng mga donut sa loob ng 7 minuto. Hayaang lumamig ng 1 minuto bago baligtarin ang kawali upang alisin ang mga donut sa isang cooling rack. Hayaang lumamig nang buo – mga 15-20 minuto.
PARA SA GLAZE:

f) Kapag ang mga donut ay lumamig na, sa isang flat-bottomed bowl, haluin ang tequila, orange liqueur, lime juice at zest hanggang sa pantay na pinagsama. Dahan-dahang haluin ang may pulbos na asukal, isang kutsara sa isang pagkakataon, hanggang sa makinis. Kung masyadong makapal ang glaze, magdagdag ng isa pang splash ng tequila. Kung ito ay masyadong manipis, magdagdag ng kaunti pang powdered sugar.

g) Isawsaw ang mga donut sa glaze, i-rock pabalik-balik upang pantay na balutin ang mga ito sa isang gilid, at ilagay muli sa cooling rack, na may yelo sa gilid.

h) Hayaang matuyo ang glaze, mga 20 minuto. Ihain nang diretso, pababa sa hatch.

79. Brandy at Jam Donuts

MGA INGREDIENTS:
- 2 pakete ng aktibong dry yeast (4 ½ kutsarita)
- 1 ½ tasa ng plant-based na gatas, mainit-init, mga 110 F
- ½ tasa ng butil na asukal
- ½ tasa ng coconut butter, sa temperatura ng kuwarto
- 1 kutsarang brandy
- 1 kutsarita ng asin
- 4 ½ hanggang 5 tasang all-purpose na harina
- 1 gallon vegetable oil, para sa deep-frying
- Mga ½ tasa ng butil na asukal, para sa pag-roll
- Humigit-kumulang ½ tasa ng asukal sa mga confectioner, para sa rolling
- 1 tasa ng jam o fruit paste, para sa pagpuno, opsyonal

MGA TAGUBILIN:
a) Sa isang maliit na mangkok, i-dissolve ang lebadura sa mainit na gatas na nakabatay sa halaman. Itabi pagkatapos haluin para matunaw.
b) Pagsamahin ang asukal at coconut butter sa isang malaking mixing bowl o stand mixer na nilagyan ng paddle attachment hanggang mabula.
c) Talunin ang brandy o rum, pati na rin ang asin, hanggang sa mahusay na pinagsama.
d) Gamit ang paddle attachment, halili sa pagdaragdag ng 4 ½ tasa ng harina at ang plant-based na milk-yeast mixture. Sa pamamagitan ng makina, talunin ng 5 minuto o mas matagal hanggang makinis, o sa pamamagitan ng kamay nang mas matagal.
e) Sa isang mangkok na may langis, ilagay ang kuwarta. Ibalik ang kawali sa mantikilya sa kabilang panig.
f) Takpan ang tuktok ng plastic wrap at hayaang tumaas ng 1 hanggang 2 ½ oras, o hanggang dumoble ang volume.
g) Flour isang bahagyang floured ibabaw at roll out ang kuwarta. Pat o roll sa kapal na ½ pulgada. Upang maiwasan ang pag-aaksaya, gumamit ng 3-pulgada na pamutol ng biskwit upang maghiwa-hiwalay ng mga bilog.
h) Bago magprito, takpan ang sheet na may basa-basa na tela at hayaang tumaas ang mga bilog hanggang sa doble sa masa, mga 30 minuto.
i) Init ang mantika sa isang malaking kawali o Dutch oven sa 350 degrees F. Maglagay ng ilang tumataas na pczki sa mantika sa itaas na

bahagi pababa (ang tuyong bahagi) at lutuin ng 2 hanggang 3 minuto, o hanggang sa maging golden brown ang ilalim.

j) I-flip ang mga ito at lutuin ng isa pang 1-2 minuto, o hanggang sa ginintuang kayumanggi. Siguraduhin na ang langis ay hindi masyadong mainit upang ang panlabas ay hindi kayumanggi bago makumpleto ang loob. Suriin ang isang cool na isa upang makita kung ito ay ganap na luto. Ang oras ng pagluluto at init ng langis ay dapat na naaayon.

k) Habang mainit pa, igulong sa granulated sugar. Kung nais mong punan ang mga ito, gumawa ng isang butas sa gilid ng pczki at pisilin ang isang malaking piraso ng pagpuno na gusto mo dito gamit ang isang pastry bag. Pagkatapos ay iwiwisik ang butil na asukal, asukal sa mga confectioner, o isang icing glaze sa ibabaw ng napunong pczki.

l) Ang Pczki ay hindi pinapanatili nang maayos, kaya kainin ang mga ito kaagad o i-freeze ang mga ito kung gusto mo ang pinakadakilang lasa. Enjoy.

80. Irish Coffee Donuts

MGA INGREDIENTS:
- 1 ½ tasang all-purpose na harina
- ½ tasa ng butil na asukal
- 1 ½ kutsarita ng baking powder
- ½ kutsarita ng asin
- ½ tasang brewed coffee, pinalamig
- ¼ tasa Irish whisky
- 2 kutsarang tinunaw na unsalted butter
- 1 malaking itlog
- ½ kutsarita vanilla extract
- ¼ tasa powdered sugar (para sa pag-aalis ng alikabok)

MGA TAGUBILIN:

a) Painitin muna ang iyong oven sa 350°F (175°C) at lagyan ng mantika ang isang donut pan.

b) Sa isang mixing bowl, haluin ang all-purpose flour, granulated sugar, baking powder, at asin.

c) Sa isang hiwalay na mangkok, haluin ang brewed na kape, Irish whisky, tinunaw na mantikilya, itlog, at vanilla extract.

d) Idagdag ang mga basang sangkap sa mga tuyong sangkap at haluin hanggang sa pagsamahin lamang.

e) Ilagay ang batter sa inihandang donut pan, punan ang bawat lukab ng halos 2/3 puno.

f) Maghurno ng 12-15 minuto o hanggang sa malinis ang toothpick na ipinasok sa mga donut.

g) Hayaang lumamig ang mga donut sa kawali sa loob ng ilang minuto, pagkatapos ay ilipat ang mga ito sa isang wire rack.

h) Alisan ng alikabok ang mga donut na may pulbos na asukal bago ihain.

81. Bourbon Maple Bacon Donuts

MGA INGREDIENTS:
- 1 ¾ tasa ng all-purpose na harina
- ½ tasa ng butil na asukal
- 2 kutsarita ng baking powder
- ½ kutsarita ng asin
- ¼ tasa ng tinunaw na unsalted butter
- ½ tasang gatas
- 2 kutsarang bourbon
- 1 malaking itlog
- 1 kutsarita vanilla extract
- 6 na hiwa ng lutong bacon, gumuho
- ½ tasa purong maple syrup
- 2 kutsarang bourbon (para sa glaze)
- Karagdagang crumbled bacon para sa topping

MGA TAGUBILIN:

a) Painitin muna ang iyong oven sa 350°F (175°C) at lagyan ng mantika ang isang donut pan.

b) Sa isang mixing bowl, haluin ang all-purpose flour, granulated sugar, baking powder, at asin.

c) Sa isang hiwalay na mangkok, pagsamahin ang tinunaw na mantikilya, gatas, bourbon, itlog, at vanilla extract.

d) Idagdag ang mga basang sangkap sa mga tuyong sangkap at haluin hanggang sa pagsamahin lamang.

e) Tiklupin ang durog na bacon.

f) Ilagay ang batter sa inihandang donut pan, punan ang bawat lukab ng halos 2/3 puno.

g) Maghurno ng 12-15 minuto o hanggang sa malinis ang toothpick na ipinasok sa mga donut.

h) Sa isang maliit na mangkok, haluin ang maple syrup at bourbon upang gawing glaze.

i) Isawsaw ang bawat donut sa glaze, hayaang tumulo ang labis, pagkatapos ay budburan ng karagdagang durog na bacon.

82. Champagne Raspberry Donuts

MGA INGREDIENTS:
- 1 ¾ tasa ng all-purpose na harina
- ½ tasa ng butil na asukal
- 2 kutsarita ng baking powder
- ½ kutsarita ng asin
- ¼ tasa ng tinunaw na unsalted butter
- ½ tasa ng champagne
- 1 malaking itlog
- 1 kutsarita vanilla extract
- ½ tasa ng sariwang raspberry
- 1 tasang may pulbos na asukal
- 2-3 kutsarang champagne (para sa glaze)
- Karagdagang sariwang raspberry para sa topping

MGA TAGUBILIN:

a) Painitin muna ang iyong oven sa 350°F (175°C) at lagyan ng mantika ang isang donut pan.

b) Sa isang mixing bowl, haluin ang all-purpose flour, granulated sugar, baking powder, at asin.

c) Sa isang hiwalay na mangkok, pagsamahin ang tinunaw na mantikilya, champagne, itlog, at vanilla extract.

d) Idagdag ang mga basang sangkap sa mga tuyong sangkap at haluin hanggang sa pagsamahin lamang.

e) Dahan-dahang tiklupin ang mga sariwang raspberry.

f) Ilagay ang batter sa inihandang donut pan, punan ang bawat lukab ng halos 2/3 puno.

g) Maghurno ng 12-15 minuto o hanggang sa malinis ang toothpick na ipinasok sa mga donut.

h) Sa isang maliit na mangkok, haluin ang powdered sugar at champagne para maging glaze.

i) Isawsaw ang bawat donut sa glaze, hayaang tumulo ang labis, pagkatapos ay lagyan ng sariwang raspberry.

83. Kahlua Chocolate Donuts

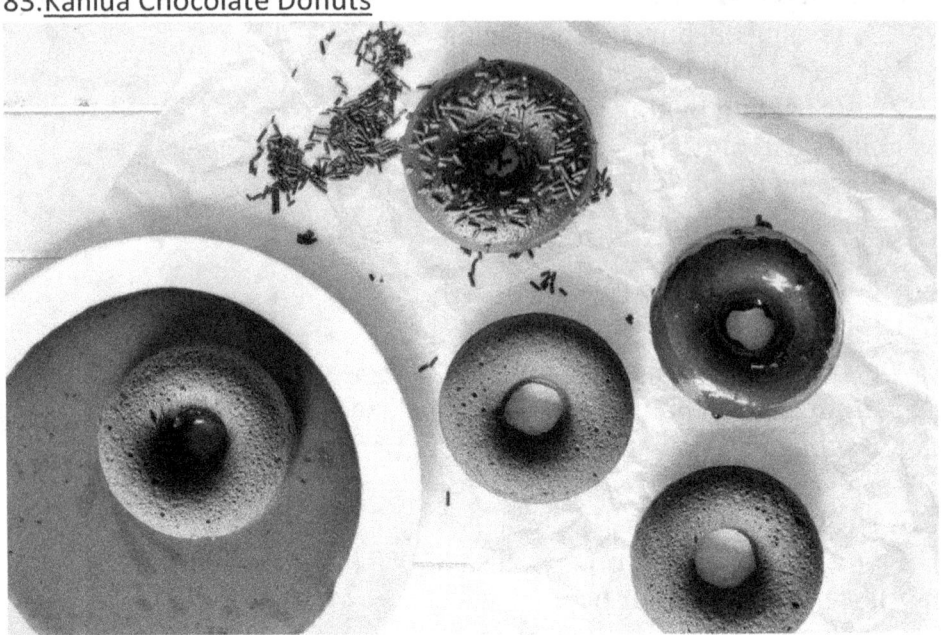

MGA INGREDIENTS:
- 1 ½ tasang all-purpose na harina
- ½ tasa ng pulbos ng kakaw
- 1 tasa ng butil na asukal
- 2 kutsarita ng baking powder
- ½ kutsarita ng asin
- ½ tasang gatas
- ½ tasa ng Kahlua
- ¼ tasa ng tinunaw na unsalted butter
- 1 malaking itlog
- 1 kutsarita vanilla extract
- ½ tasang semisweet chocolate chips
- 1 kutsarang Kahlua (para sa glaze)
- ½ tasang may pulbos na asukal
- Karagdagang chocolate chips para sa topping

MGA TAGUBILIN:

a) Painitin muna ang iyong oven sa 350°F (175°C) at lagyan ng mantika ang isang donut pan.
b) Sa isang mixing bowl, haluin ang all-purpose flour, cocoa powder, granulated sugar, baking powder, at asin.
c) Sa isang hiwalay na mangkok, pagsamahin ang gatas, Kahlua, tinunaw na mantikilya, itlog, at vanilla extract.
d) Idagdag ang mga basang sangkap sa mga tuyong sangkap at haluin hanggang sa pagsamahin lamang.
e) Tiklupin ang semisweet chocolate chips.
f) Ilagay ang batter sa inihandang donut pan, punan ang bawat lukab ng halos 2/3 puno.
g) Maghurno ng 12-15 minuto o hanggang sa malinis ang toothpick na ipinasok sa mga donut.
h) Sa isang maliit na mangkok, haluin ang powdered sugar at Kahlua para gawing glaze.
i) Isawsaw ang bawat donut sa glaze, hayaang tumulo ang labis, pagkatapos ay budburan ng karagdagang chocolate chips.

84. Rum Caramel Glazed Donuts

MGA INGREDIENTS:
- 1 ¾ tasa ng all-purpose na harina
- ½ tasa ng butil na asukal
- 2 kutsarita ng baking powder
- ½ kutsarita ng asin
- ¼ tasa ng tinunaw na unsalted butter
- ½ tasang gatas
- 2 kutsarang dark rum
- 1 malaking itlog
- 1 kutsarita vanilla extract
- 1 tasang granulated sugar (para sa caramel glaze)
- 1/4 tasa ng tubig
- 1 kutsarang dark rum
- ½ tasang may pulbos na asukal
- Karagdagang rum para sa pag-ambon

MGA TAGUBILIN:

a) Painitin muna ang iyong oven sa 350°F (175°C) at lagyan ng mantika ang isang donut pan.

b) Sa isang mixing bowl, haluin ang all-purpose flour, granulated sugar, baking powder, at asin.

c) Sa isang hiwalay na mangkok, pagsamahin ang tinunaw na mantikilya, gatas, rum, itlog, at vanilla extract.

d) Idagdag ang mga basang sangkap sa mga tuyong sangkap at haluin hanggang sa pagsamahin lamang.

e) Ilagay ang batter sa inihandang donut pan, punan ang bawat lukab ng halos 2/3 puno.

f) Maghurno ng 12-15 minuto o hanggang sa malinis ang toothpick na ipinasok sa mga donut.

g) Sa isang kasirola, pagsamahin ang granulated sugar at tubig para sa caramel glaze. Init sa katamtamang apoy hanggang sa matunaw ang asukal, pagkatapos ay lutuin nang hindi hinahalo hanggang sa maging golden brown ang timpla.

h) Alisin ang karamelo mula sa init at maingat na pukawin ang rum.

i) Sa isang maliit na mangkok, haluin ang powdered sugar at isang drizzle ng rum para maging glaze.

j) Isawsaw ang bawat donut sa caramel glaze, hayaang tumulo ang labis, pagkatapos ay ibuhos ang rum glaze.

85. Tequila Lime Donuts

MGA INGREDIENTS:
- 1 ¾ tasa ng all-purpose na harina
- ½ tasa ng butil na asukal
- 2 kutsarita ng baking powder
- ½ kutsarita ng asin
- Sarap ng 2 kalamansi
- ¼ tasa ng tinunaw na unsalted butter
- ½ tasang gatas
- 2 kutsarang tequila
- 1 malaking itlog
- 1 kutsarita vanilla extract
- Katas ng 1 kalamansi
- ½ tasang may pulbos na asukal
- Karagdagang lime zest para sa topping

MGA TAGUBILIN:

a) Painitin muna ang iyong oven sa 350°F (175°C) at lagyan ng mantika ang isang donut pan.

b) Sa isang mixing bowl, haluin ang all-purpose flour, granulated sugar, baking powder, asin, at lime zest.

c) Sa isang hiwalay na mangkok, pagsamahin ang tinunaw na mantikilya, gatas, tequila, itlog, vanilla extract, at katas ng dayap.

d) Idagdag ang mga basang sangkap sa mga tuyong sangkap at haluin hanggang sa pagsamahin lamang.

e) Ilagay ang batter sa inihandang donut pan, punan ang bawat lukab ng halos 2/3 puno.

f) Maghurno ng 12-15 minuto o hanggang sa malinis ang toothpick na ipinasok sa mga donut.

g) Sa isang maliit na mangkok, haluin ang pulbos na asukal at katas ng dayap upang gawing glaze.

h) Isawsaw ang bawat donut sa glaze, hayaang tumulo ang labis, pagkatapos ay budburan ng karagdagang lime zest.

86. Baileys Chocolate Donuts

MGA INGREDIENTS:
- 1 ½ tasang all-purpose na harina
- ½ tasa ng pulbos ng kakaw
- 1 tasa ng butil na asukal
- 2 kutsarita ng baking powder
- ½ kutsarita ng asin
- ½ tasang gatas
- ½ tasa Baileys Irish Cream
- ¼ tasa ng tinunaw na unsalted butter
- 1 malaking itlog
- 1 kutsarita vanilla extract
- ½ tasang semisweet chocolate chips
- 1 tasang may pulbos na asukal
- 2 kutsarang Baileys Irish Cream (para sa glaze)

MGA TAGUBILIN:
a) Painitin muna ang iyong oven sa 350°F (175°C) at lagyan ng mantika ang isang donut pan.
b) Sa isang mixing bowl, haluin ang all-purpose flour, cocoa powder, granulated sugar, baking powder, at asin.
c) Sa isang hiwalay na mangkok, pagsamahin ang gatas, Baileys Irish Cream, tinunaw na mantikilya, itlog, at vanilla extract.
d) Idagdag ang mga basang sangkap sa mga tuyong sangkap at haluin hanggang sa pagsamahin lamang.
e) Tiklupin ang semisweet chocolate chips.
f) Ilagay ang batter sa inihandang donut pan, punan ang bawat lukab ng halos 2/3 puno.
g) Maghurno ng 12-15 minuto o hanggang sa malinis ang toothpick na ipinasok sa mga donut.
h) Sa isang maliit na mangkok, haluin ang powdered sugar at Baileys Irish Cream para gawing glaze.
i) Isawsaw ang bawat donut sa glaze, hayaang tumulo ang labis.

87. Rum Raisin Donuts

MGA INGREDIENTS:
- 1 ¾ tasa ng all-purpose na harina
- ½ tasa ng butil na asukal
- 2 kutsarita ng baking powder
- ½ kutsarita ng asin
- ¼ tasa ng tinunaw na unsalted butter
- ½ tasang gatas
- 2 kutsarang dark rum
- 1 malaking itlog
- 1 kutsarita vanilla extract
- ½ tasang pasas
- ½ tasang may pulbos na asukal
- 2 kutsarang dark rum (para sa glaze)
- Karagdagang mga pasas para sa topping

MGA TAGUBILIN:

a) Painitin muna ang iyong oven sa 350°F (175°C) at lagyan ng mantika ang isang donut pan.

b) Sa isang mixing bowl, haluin ang all-purpose flour, granulated sugar, baking powder, at asin.

c) Sa isang hiwalay na mangkok, pagsamahin ang tinunaw na mantikilya, gatas, rum, itlog, at vanilla extract.

d) Idagdag ang mga basang sangkap sa mga tuyong sangkap at haluin hanggang sa pagsamahin lamang.

e) Tiklupin ang mga pasas.

f) Ilagay ang batter sa inihandang donut pan, punan ang bawat lukab ng halos 2/3 puno.

g) Maghurno ng 12-15 minuto o hanggang sa malinis ang toothpick na ipinasok sa mga donut.

h) Sa isang maliit na mangkok, haluin ang powdered sugar at rum para maging glaze.

i) Isawsaw ang bawat donut sa glaze, hayaang tumulo ang labis, pagkatapos ay itaas ng karagdagang mga pasas.

88. Mimosa Donuts

MGA INGREDIENTS:
- 1 ½ tasang all-purpose na harina
- ½ tasa ng butil na asukal
- 2 kutsarita ng baking powder
- ½ kutsarita ng asin
- Sarap ng 1 orange
- ¼ tasa ng tinunaw na unsalted butter
- ½ tasa ng orange juice
- ½ tasa ng champagne
- 1 malaking itlog
- 1 kutsarita vanilla extract
- 1 tasang may pulbos na asukal
- 2 kutsarang champagne (para sa glaze)
- Orange zest para sa topping

MGA TAGUBILIN:

a) Painitin muna ang iyong oven sa 350°F (175°C) at lagyan ng mantika ang isang donut pan.

b) Sa isang mixing bowl, haluin ang all-purpose flour, granulated sugar, baking powder, asin, at orange zest.

c) Sa isang hiwalay na mangkok, pagsamahin ang tinunaw na mantikilya, orange juice, champagne, itlog, at vanilla extract.

d) Idagdag ang mga basang sangkap sa mga tuyong sangkap at haluin hanggang sa pagsamahin lamang.

e) Ilagay ang batter sa inihandang donut pan, punan ang bawat lukab ng halos 2/3 puno.

f) Maghurno ng 12-15 minuto o hanggang sa malinis ang toothpick na ipinasok sa mga donut.

g) Sa isang maliit na mangkok, haluin ang powdered sugar at champagne para maging glaze.

h) Isawsaw ang bawat donut sa glaze, hayaang tumulo ang labis, pagkatapos ay budburan ng orange zest.

89. Guinness Chocolate Stout Donuts

MGA INGREDIENTS:
- 1 ¾ tasa ng all-purpose na harina
- ½ tasa ng pulbos ng kakaw
- 1 tasa ng butil na asukal
- 2 kutsarita ng baking powder
- ½ kutsarita ng asin
- ¾ tasang Guinness stout
- ¼ tasa ng tinunaw na unsalted butter
- ½ tasang gatas
- 1 malaking itlog
- 1 kutsarita vanilla extract
- ½ tasang may pulbos na asukal
- 2 kutsarang Guinness stout (para sa glaze)

MGA TAGUBILIN:
a)   Painitin muna ang iyong oven sa 350°F (175°C) at lagyan ng mantika ang isang donut pan.
b)   Sa isang mixing bowl, haluin ang all-purpose flour, cocoa powder, granulated sugar, baking powder, at asin.
c)   Sa isang hiwalay na mangkok, pagsamahin ang Guinness stout, tinunaw na mantikilya, gatas, itlog, at vanilla extract.
d)   Idagdag ang mga basang sangkap sa mga tuyong sangkap at haluin hanggang sa pagsamahin lamang.
e)   Ilagay ang batter sa inihandang donut pan, punan ang bawat lukab ng halos 2/3 puno.
f)   Maghurno ng 12-15 minuto o hanggang sa malinis ang toothpick na ipinasok sa mga donut.
g)   Sa isang maliit na mangkok, haluin ang powdered sugar at Guinness stout para maging glaze.
h)   Isawsaw ang bawat donut sa glaze, hayaang tumulo ang labis.

BUTIL AT LEGUME

90. Mga Donut ng Cornbread

MGA INGREDIENTS:
- 1 tasang cornmeal
- 1 tasang all-purpose na harina
- 2 kutsarang butil na asukal
- 1 kutsarita ng baking powder
- 1/2 kutsarita ng baking soda
- 1/2 kutsarita ng asin
- 1 tasang almond milk
- 1/4 tasa ng tinunaw na langis ng niyog
- 1/4 tasa ng maple syrup
- 1/4 tasa butil ng mais (sariwa o de-latang)

MGA TAGUBILIN:
a) Painitin muna ang iyong oven sa 350°F (175°C) at lagyan ng mantika ang isang donut pan.
b) Sa isang mangkok, haluin ang cornmeal, all-purpose flour, asukal, baking powder, baking soda, at asin.
c) Sa isang hiwalay na mangkok, paghaluin ang almond milk, tinunaw na langis ng niyog, at maple syrup.
d) Idagdag ang mga basang sangkap sa mga tuyong sangkap at haluin hanggang sa pagsamahin lamang.
e) Tiklupin ang butil ng mais.
f) Ilagay ang batter sa inihandang donut pan, punan ang bawat lukab ng halos 2/3 puno.
g) Maghurno ng 12-15 minuto o hanggang sa malinis ang toothpick na ipinasok sa mga donut.
h) Hayaang lumamig ang mga donut sa kawali sa loob ng ilang minuto bago ilipat ang mga ito sa wire rack upang ganap na lumamig.

91.Quinoa at Black Bean Donuts

MGA INGREDIENTS:
- 1 tasang lutong quinoa
- 1 tasang nilutong black beans, minasa
- 1/2 tasa ng cornmeal
- 1/2 tasa ng buong harina ng trigo
- 1 kutsarita ng baking powder
- 1/2 kutsarita ng asin
- 1/2 kutsarita ng kumin
- 1/4 kutsarita ng sili na pulbos
- 1/4 kutsarita ng paprika
- 1/4 tasa ng unsweetened almond milk
- 2 kutsarang langis ng oliba

MGA TAGUBILIN:
a) Painitin muna ang iyong oven sa 350°F (175°C) at lagyan ng mantika ang isang donut pan.

b) Sa isang mangkok, pagsamahin ang nilutong quinoa, mashed black beans, cornmeal, whole wheat flour, baking powder, asin, cumin, chili powder, paprika, almond milk, at olive oil. Haluin hanggang sa maayos na pinagsama.

c) Ilagay ang batter sa inihandang donut pan, punan ang bawat lukab ng halos 2/3 puno.

d) Maghurno ng 15-18 minuto o hanggang sa malinis na lumabas ang toothpick na ipinasok sa mga donut.

e) Hayaang lumamig ang mga donut sa kawali sa loob ng ilang minuto bago ilipat ang mga ito sa wire rack upang ganap na lumamig.

92.Chickpea Flour at Vegetable Donuts

MGA INGREDIENTS:
- 1 tasang chickpea flour
- 1/2 tasa gadgad na zucchini
- 1/4 tasa gadgad na karot
- 1/4 tasa ng pinong tinadtad na bell peppers
- 2 kutsarang tinadtad na sariwang cilantro
- 1/2 kutsarita ng kumin
- 1/2 kutsarita ng turmerik
- 1/2 kutsarita ng baking powder
- 1/4 kutsarita ng asin
- 1/4 tasa ng tubig
- 2 kutsarang langis ng oliba

MGA TAGUBILIN:

a) Painitin muna ang iyong oven sa 350°F (175°C) at lagyan ng mantika ang isang donut pan.

b) Sa isang mangkok, pagsamahin ang chickpea flour, grated zucchini, grated carrot, chopped bell peppers, cilantro, cumin, turmeric, baking powder, asin, tubig, at olive oil. Haluin hanggang sa maayos na pinagsama.

c) Ilagay ang batter sa inihandang donut pan, punan ang bawat lukab ng halos 2/3 puno.

d) Maghurno ng 15-18 minuto o hanggang sa malinis na lumabas ang toothpick na ipinasok sa mga donut.

e) Hayaang lumamig ang mga donut sa kawali sa loob ng ilang minuto bago ilipat ang mga ito sa wire rack upang ganap na lumamig.

93. Lentil at Brown Rice Donuts

MGA INGREDIENTS:
- 1 tasang nilutong brown lentils
- 1 tasang lutong brown rice
- 1/2 tasa ng buong harina ng trigo
- 1/4 tasa ng nutritional yeast
- 2 kutsarang giniling na flaxseed na hinaluan ng 6 na kutsarang tubig (flax egg)
- 1 kutsarita ng baking powder
- 1/2 kutsarita ng asin
- 1/4 kutsarita ng bawang pulbos
- 1/4 kutsarita ng sibuyas na pulbos
- 1/4 kutsarita ng paprika
- 1/4 tasa ng unsweetened almond milk

MGA TAGUBILIN:
a) Painitin muna ang iyong oven sa 350°F (175°C) at lagyan ng mantika ang isang donut pan.
b) Sa isang mangkok, pagsamahin ang nilutong brown lentils, nilutong brown rice, whole wheat flour, nutritional yeast, flax egg, baking powder, asin, garlic powder, onion powder, paprika, at almond milk. Haluin hanggang sa maayos na pinagsama.
c) Ilagay ang batter sa inihandang donut pan, punan ang bawat lukab ng halos 2/3 puno.
d) Maghurno ng 15-18 minuto o hanggang sa malinis na lumabas ang toothpick na ipinasok sa mga donut.
e) Hayaang lumamig ang mga donut sa kawali sa loob ng ilang minuto bago ilipat ang mga ito sa wire rack upang ganap na lumamig.

94. Millet at Chickpea Donuts

MGA INGREDIENTS:
- 1 tasang lutong dawa
- 1 tasang nilutong chickpeas, minasa
- 1/2 tasa ng oat flour
- 1/4 tasa ng almond flour
- 2 kutsarang giniling na flaxseed na hinaluan ng 6 na kutsarang tubig (flax egg)
- 1 kutsarita ng baking powder
- 1/2 kutsarita ng asin
- 1/2 kutsarita ng tuyo na oregano
- 1/4 kutsarita ng bawang pulbos
- 1/4 kutsarita ng sibuyas na pulbos
- 1/4 tasa ng unsweetened almond milk

MGA TAGUBILIN:

a) Painitin muna ang iyong oven sa 350°F (175°C) at lagyan ng mantika ang isang donut pan.

b) Sa isang mangkok, pagsamahin ang nilutong dawa, mashed chickpeas, oat flour, almond flour, flax egg, baking powder, asin, tuyo na oregano, bawang pulbos, sibuyas na pulbos, at almond milk. Haluin hanggang sa maayos na pinagsama.

c) Ilagay ang batter sa inihandang donut pan, punan ang bawat lukab ng halos 2/3 puno.

d) Maghurno ng 15-18 minuto o hanggang sa malinis na lumabas ang toothpick na ipinasok sa mga donut.

e) Hayaang lumamig ang mga donut sa kawali sa loob ng ilang minuto bago ilipat ang mga ito sa wire rack upang ganap na lumamig.

95. Buckwheat at Red Lentil Donuts

MGA INGREDIENTS:
- 1 tasang nilutong pulang lentil
- 1/2 tasa ng buckwheat flour
- 1/4 tasa ng almond flour
- 2 kutsarang giniling na flaxseed na hinaluan ng 6 na kutsarang tubig (flax egg)
- 1 kutsarita ng baking powder
- 1/2 kutsarita ng asin
- 1/2 kutsarita ng ground cumin
- 1/4 kutsarita ng ground coriander
- 1/4 kutsarita ng turmerik
- 1/4 tasa ng unsweetened almond milk

MGA TAGUBILIN:
a) Painitin muna ang iyong oven sa 350°F (175°C) at lagyan ng mantika ang isang donut pan.
b) Sa isang mangkok, pagsamahin ang nilutong pulang lentil, buckwheat flour, almond flour, flax egg, baking powder, asin, ground cumin, ground coriander, turmeric, at almond milk. Haluin hanggang sa maayos na pinagsama.
c) Ilagay ang batter sa inihandang donut pan, punan ang bawat lukab ng halos 2/3 puno.
d) Maghurno ng 15-18 minuto o hanggang sa malinis na lumabas ang toothpick na ipinasok sa mga donut.
e) Hayaang lumamig ang mga donut sa kawali sa loob ng ilang minuto bago ilipat ang mga ito sa wire rack upang ganap na lumamig.

96. Chickpea at Sweet Potato Donuts

MGA INGREDIENTS:
- 1 tasang nilutong chickpeas, minasa
- 1/2 cup na niluto at niligis na kamote
- 1/2 tasa ng oat flour
- 1/4 tasa ng almond flour
- 2 kutsarang giniling na flaxseed na hinaluan ng 6 na kutsarang tubig (flax egg)
- 1 kutsarita ng baking powder
- 1/2 kutsarita ng asin
- 1/2 kutsarita ng ground cumin
- 1/4 kutsarita ng paprika
- 1/4 kutsarita ng bawang pulbos
- 1/4 tasa ng unsweetened almond milk

MGA TAGUBILIN:
Painitin muna ang iyong oven sa 350°F (175°C) at lagyan ng mantika ang isang donut pan.

Sa isang mangkok, pagsamahin ang mashed chickpeas, mashed sweet potato, oat flour, almond flour, flax egg, baking powder, asin, ground cumin, paprika, garlic powder, at almond milk. Haluin hanggang sa maayos na pinagsama.

Ilagay ang batter sa inihandang donut pan, punan ang bawat lukab ng halos 2/3 puno.

Maghurno ng 15-18 minuto o hanggang sa malinis na lumabas ang toothpick na ipinasok sa mga donut.

Hayaang lumamig ang mga donut sa kawali sa loob ng ilang minuto bago ilipat ang mga ito sa wire rack upang ganap na lumamig.

97. Lentil at Quinoa Donuts

MGA INGREDIENTS:
- 1 tasang lutong lentil, minasa
- 1 tasang lutong quinoa
- 1/2 tasa ng buong harina ng trigo
- 1/4 tasa ng almond flour
- 2 kutsarang giniling na flaxseed na hinaluan ng 6 na kutsarang tubig (flax egg)
- 1 kutsarita ng baking powder
- 1/2 kutsarita ng asin
- 1/2 kutsarita pinatuyong thyme
- 1/4 kutsarita ng sibuyas na pulbos
- 1/4 kutsarita ng bawang pulbos
- 1/4 tasa ng unsweetened almond milk

MGA TAGUBILIN:

a) Painitin muna ang iyong oven sa 350°F (175°C) at lagyan ng mantika ang isang donut pan.

b) Sa isang mangkok, pagsamahin ang mashed lentils, nilutong quinoa, whole wheat flour, almond flour, flax egg, baking powder, asin, pinatuyong thyme, onion powder, garlic powder, at almond milk. Haluin hanggang sa maayos na pinagsama.

c) Ilagay ang batter sa inihandang donut pan, punan ang bawat lukab ng halos 2/3 puno.

d) Maghurno ng 15-18 minuto o hanggang sa malinis na lumabas ang toothpick na ipinasok sa mga donut.

e) Hayaang lumamig ang mga donut sa kawali sa loob ng ilang minuto bago ilipat ang mga ito sa wire rack upang ganap na lumamig.

98. Black Bean at Brown Rice Donuts

MGA INGREDIENTS:
- 1 tasang nilutong black beans, minasa
- 1 tasang lutong brown rice
- 1/2 tasa ng oat flour
- 1/4 tasa ng almond flour
- 2 kutsarang giniling na flaxseed na hinaluan ng 6 na kutsarang tubig
- 1 kutsarita ng baking powder
- 1/2 kutsarita ng asin
- 1/2 kutsarita ng sili na pulbos
- 1/4 kutsarita ng kumin
- 1/4 kutsarita ng bawang pulbos
- 1/4 tasa ng unsweetened almond milk

MGA TAGUBILIN:
a) Painitin muna ang iyong oven sa 350°F (175°C) at lagyan ng mantika ang isang donut pan.

b) Sa isang mangkok, pagsamahin ang mashed black beans, lutong brown rice, oat flour, almond flour, flax egg, baking powder, asin, chili powder, cumin, garlic powder, at almond milk. Haluin hanggang sa maayos na pinagsama.

c) Ilagay ang batter sa inihandang donut pan, punan ang bawat lukab ng halos 2/3 puno.

d) Maghurno ng 15-18 minuto o hanggang sa malinis na lumabas ang toothpick na ipinasok sa mga donut.

e) Hayaang lumamig ang mga donut sa kawali sa loob ng ilang minuto bago ilipat ang mga ito sa wire rack upang ganap na lumamig.

99. Quinoa at Chickpea Flour Donuts

MGA INGREDIENTS:
- 1 tasang lutong quinoa
- 1/2 tasa ng chickpea flour
- 1/4 tasa ng oat flour
- 2 kutsarang giniling na flaxseed na hinaluan ng 6 na kutsarang tubig
- 1 kutsarita ng baking powder
- 1/2 kutsarita ng asin
- 1/2 kutsarita ng tuyo na rosemary
- 1/4 kutsarita ng bawang pulbos
- 1/4 kutsarita ng sibuyas na pulbos
- 1/4 tasa ng unsweetened almond milk

MGA TAGUBILIN:
a) Painitin muna ang iyong oven sa 350°F (175°C) at lagyan ng mantika ang isang donut pan.

b) Sa isang mangkok, pagsamahin ang nilutong quinoa, chickpea flour, oat flour, flax egg, baking powder, asin, dried rosemary, garlic powder, onion powder, at almond milk. Haluin hanggang sa maayos na pinagsama.

c) Ilagay ang batter sa inihandang donut pan, punan ang bawat lukab ng halos 2/3 puno.

d) Maghurno ng 15-18 minuto o hanggang sa malinis na lumabas ang toothpick na ipinasok sa mga donut.

e) Hayaang lumamig ang mga donut sa kawali sa loob ng ilang minuto bago ilipat ang mga ito sa wire rack upang ganap na lumamig.

100. Lentil at Buckwheat Donuts

MGA INGREDIENTS:
- 1 tasang lutong lentil, minasa
- 1/2 tasa ng buckwheat flour
- 1/4 tasa ng almond flour
- 2 kutsarang giniling na flaxseed na hinaluan ng 6 na kutsarang tubig (flax egg)
- 1 kutsarita ng baking powder
- 1/2 kutsarita ng asin
- 1/2 kutsarita pinatuyong thyme
- 1/4 kutsarita ng bawang pulbos
- 1/4 kutsarita ng sibuyas na pulbos
- 1/4 tasa ng unsweetened almond milk

MGA TAGUBILIN:
a) Painitin muna ang iyong oven sa 350°F (175°C) at lagyan ng mantika ang isang donut pan.
b) Sa isang mangkok, pagsamahin ang mashed lentils, buckwheat flour, almond flour, flax egg, baking powder, asin, pinatuyong thyme, garlic powder, onion powder, at almond milk. Haluin hanggang sa maayos na pinagsama.
c) Ilagay ang batter sa inihandang donut pan, punan ang bawat lukab ng halos 2/3 puno.
d) Maghurno ng 15-18 minuto o hanggang sa malinis na lumabas ang toothpick na ipinasok sa mga donut.
e) Hayaang lumamig ang mga donut sa kawali sa loob ng ilang minuto bago ilipat ang mga ito sa wire rack upang ganap na lumamig.

KONGKLUSYON

Umaasa ako na ang donut cookbook na ito ay nagbigay inspirasyon sa iyo na subukan ang paggawa ng mga donut sa bahay. Baguhan ka man o sanay na panadero, mayroong recipe ng donut dito para subukan mo. Mula sa mga klasiko hanggang sa mas malikhaing lasa, ang mga posibilidad para sa mga lutong bahay na donut ay walang katapusan.

Tandaan na magsaya at maging malikhain sa iyong paggawa ng donut. Ang mga donut ay sinadya upang tangkilikin, kaya huwag masyadong i-stress ang paggawa ng mga ito nang perpekto. Mag-eksperimento sa iba't ibang mga toppings at fillings, at higit sa lahat, tamasahin ang matamis na pagkain na iyong ginawa.

Salamat sa paggamit ng cookbook na ito, at maligayang pagluluto!

www.ingramcontent.com/pod-product-compliance
Lightning Source LLC
LaVergne TN
LVHW021700060526
838200LV00050B/2437